വിനീത അനിൽ

കണ്ണൂർ ജില്ലയിലെ പേരാവൂരിൽ ജനനം. അച്ഛൻ : കെ. കെ. രാഘവൻ, അമ്മ : സി. ശാരദ. ബിരുദ പഠനത്തിന് ശേഷം ആന്ധ്രപ്രദേശിൽ സ്കൂൾ ഇൻ ചാർജായി കുറച്ച് വർഷം ജോലി നോക്കി. കൈരളി ബുക്സ് നോവൽ മത്സരത്തിൽ അവസാന ചുരുക്കപ്പട്ടികയിൽ വന്ന ഹാഷെപ്സ്റ്റു ആദ്യ നോവൽ. തുടർന്ന് അവളിലേക്കുള്ള യാത്രയിൽ എന്ന നോവലും കഥ പറയുന്ന കണ്ണുകൾ എന്ന കഥാസമാഹാരവും കൊല്ലപ്പെട്ട വാള യാർ പെൺകുഞ്ഞുങ്ങളുടെ അമ്മയായ ഭാഗ്യവതിയുടെ ആത്മകഥ 'ഞാൻ വാളയാർ അമ്മ പേര് ഭാഗ്യവതി' എന്ന പുസ്തകവും പ്രസിദ്ധീ കരിച്ചു. ഇപ്പോൾ കൈരളി ബുക്സ് അസിസ്റ്റന്റ് എഡിറ്ററായി ജോലി നോക്കുന്നു.

സഹോദരങ്ങൾ : വിനോദ്, വിജിനി മനോജ്

ഭർത്താവ് : അനിൽകുമാർ

മകൻ : അമൽജിത്ത്

വിലാസം : അമ്പാടിയിൽ ഹൗസ്, വെള്ളർ വള്ളി പി.ഒ., പേരാവൂർ

Mob : 7907088049

Malayalam Language
Hatshepsut
(Novel)
by
Vineetha Anil
♦
Published in February 2020
Third Impression March 2022
by Kairali Books Private Limited
Thalikkavu Road, Kannur.
Ph : 0497-2761200
E-Mail : kairalibooksknr@gmail.com
♦
Cover Design
Prasanth Mangad

Price ₹ : 180.00
62/19-20/Sl.No.1132/50/NS 18.6
ISBN 978-93-89250-52-7

ഹാഷെപ്സുറ്റു

വിനീത അനിൽ

കൈരളി ബുക്സ്

അന്നത്തെ പത്താംക്ലാസുകാരിക്ക് മുന്നിൽ
വായനയുടെ അത്ഭുതലോകം തുറന്നുതന്ന
ശ്രീ. ഗംഗാധരൻ ഡോക്ടറുടെ ആത്മാവിന്,
കൂപ്പുകൈകളോടെ സമർപ്പിക്കുന്നു...

അധ്യായം 1

ബി.സി.1458

വസന്തത്തിലെ അമാവാസി ആയിരുന്നു അന്ന്.നൈലിന്റെ തീരവും ഈജിപ്തിലെ തെരുവുകളും. നിശ്ശബ്ദമായ നിശ...

ബാർലി പൂക്കളുടെ ഗന്ധവും വഹിച്ചുകൊണ്ട് മന്ദമാരുതൻ തെരുവുകളിൽ കത്തിച്ചുവെച്ച ദീപങ്ങളെ തഴുകി കടന്നു പോയി. തെരുവോരങ്ങളിലെ ഗൃഹങ്ങളിൽ ദീപങ്ങൾ ഇനിയും അണഞ്ഞിട്ടില്ല... ഓരോ ഗൃഹങ്ങളിലും ഈജിപ്തിലെ ജനത അനുബിസ്* ദേവന്റെ മന്ത്രങ്ങൾ ഉരുവിട്ട് കൊണ്ടേയിരുന്നു...

ഇരുണ്ട തെരുവുകളിലെ ചലനങ്ങളൊന്നും

ദേവന്റെ പാദസ്പർശനമാവരുതേ, എന്ന പ്രാർത്ഥനയോടെ.

ഫറവോയുടെ കൊട്ടാരവും പതിവിന് വിപരീതമായി അർദ്ധരാത്രിയിലും പ്രകാശത്തിൽ കുളിച്ചുനിന്നു... സ്വർണഗോപുരത്തിന്റെ തിളക്കം കോട്ടവാതിൽക്കലുള്ള ജലാശയത്തിൽ പ്രതിഫലിച്ചു... ഓരോ ഇടനാഴികളും ദീപാലംകൃതമായിരുന്നു. ഭീകരമായൊരു നിശബ്ദത ആ കൊട്ടാരത്തെ ചൂഴ്ന്നു നിന്നു.

പരിചാരകവൃന്ദകുടീരത്തിൽ നിന്നും പ്രാർത്ഥനാശകലങ്ങളും നെടുവീർപ്പുകളും നേർത്ത ശബ്ദത്തിൽ ആ ഇടനാഴിയിൽ പ്രതിധ്വനിച്ചു.

കൊട്ടാരത്തിനുള്ളിൽ, അന്ത:പുരത്തിൽ ഫറവോ മഹാറാണിയുടെ അന്ത്യനിമിഷങ്ങൾ അടുത്തെത്തിയ തിരിച്ചറിവിൽ റാണിയുടെ തോഴിമാരും മകളും മന്ത്രിപുത്രി മെർണീതും വിതുമ്പുന്നു..പട്ടുമെത്തയിൽ അവസാനനിമിഷങ്ങളുടെ ദീപ്തമായ മുഖഭാവത്തോടെ ഫറവോ ഹാഷെപ്സുറ്റു ശയിച്ചു.

ഇരുപത്തിയഞ്ചു സംവത്സരങ്ങൾക്കു മുൻപ് ഭർത്താവും സഹോദരനുമായ തുത്മോസിസ് രണ്ടാമന്റെ മരണശേഷം ഈജിപ്തിന്റെ ഭരണം ഏറ്റെടുത്തു പുരുഷന്റെ വേഷഭൂഷാദികളോടെ ഭരണചക്രം തിരിച്ചു ഈജിപ്തിനെ സമ്പദ്സമൃദ്ധിയിലേക്കു നയിച്ചവൾ.

*അനുബിസ് - മരണത്തിന്റെ ദേവൻ

റാണിമാർക്ക് അപൂർവങ്ങളിൽ അപൂർവമായി മാത്രം കൈവരുന്ന സൗഭാഗ്യമായ ഫറവോ പദവി നേടിയവൾ. ഈജിപ്തിന്റെ കച്ചവടമേഖലയെ ഉയരങ്ങളിലേക്ക് നയിച്ചുകൊണ്ടു രാജ്യത്തിന്റെ പുരോഗതിക്കായി പുതിയ കെട്ടിടങ്ങളും കാര്യാലയങ്ങളും സ്ഥാപിക്കുകയും സ്ത്രീകളുടെ പ്രശ്നങ്ങളും പരാതികളും മനസ്സിലാക്കി അവരുടെ ഉന്നമനത്തിനായി മുന്നിൽനിന്നു പ്രവർത്തിക്കുകയും ചെയ്തവൾ.

അജ്ഞാതരോഗബാധിതയായി അവസാനയാത്രയ്ക്ക് തയ്യാറാവുന്ന ഫറവോ ഹാഷെപ്സുറ്റു മഹാറാണിക്കായി പ്രാർത്ഥനയോടെ കാവലിരിക്കയാണ് ഈജിപ്തിലെ ജനതയൊന്നടങ്കം.

നൈലിന്റെ തീരത്ത് 'രാജാക്കന്മാരുടെ താഴ്വര' എന്നറിയപ്പെടുന്ന ഫറവോകളുടെ ശ്മശാനഭൂമിയിൽ പിരമിഡിനുള്ളിൽ അടിമകൾ റാണിയുടെ അന്ത്യവിശ്രമത്തിനുള്ള ഒരുക്കങ്ങളിലാണ്.

നാഴികകൾ കടന്നു പോകുകയാണ്...

കൊട്ടാരത്തിനു പുറത്തു ഏഴുകുതിരകളെ പൂട്ടിയ രഥത്തിൽ മരണദേവനായ അനുബിസിന്റെ മുഖം മൂടി ധരിച്ച പുരോഹിതനും പരിചാരകരും വന്നിറങ്ങി.

അവരെ സ്വീകരിക്കാൻ പുതിയ ഫറവോ തുത്മോസിസ് മൂന്നാമനായ റംസീസ്, മന്ത്രിമുഖ്യനായ 'ആയ്'യോടൊപ്പം കൊട്ടാരവാതിൽക്കൽ സന്നിഹിതനായിരുന്നു.

രാപകലില്ലാതെ ആഘോഷങ്ങളും മല്ലയുദ്ധങ്ങളും കൊണ്ട് ശബ്ദമുഖരിതമായിരുന്ന രാജസഭയിലെ നിശ്ശബ്ദതയിലൂടെ കൊട്ടാരത്തിന്റെ അകത്തളത്തിലേക്കു പുരോഹിതനെയും അനുചരരേയും രാജാവിന്റെ പുറകിലായി,പടയാളികൾ ആനയിച്ചു കൊണ്ടുപോയി.

ദീപാലംകൃതമായ അന്തഃപുരത്തിലെ പട്ടുമെത്തയിൽ ഫറവോ റാണി ശയിച്ചിരുന്നു..ഓരോ ശ്വാസത്തിലും അവരുടെ ഉടൽ പിടയുന്നുണ്ടായിരുന്നു

അർദ്ധനിമീലിതമായ മിഴികൾക്കുള്ളിൽ കൃഷ്ണമണികൾ ചലിച്ചുകൊണ്ടേയിരുന്നു ദിനരാത്രങ്ങൾ എത്രയായി ഇതുപോലെ താൻ ശയിക്കുന്നുവെന്നു പോലും തിരിച്ചറിയാനാവാതെ.

ചെയ്തുകൂട്ടിയ മഹാപാപങ്ങളുടെ ഭാരമാവാം അന്ത്യയാത്രയിൽ അവർക്കു തടസ്സമാവുന്നത്.

പുരോഹിതൻ തന്റെ കൈകളാൽ ഫറവോ റാണിയുടെ ചുണ്ടുകൾക്കിടയിലൂടെ ഔഷധനീർ ഇറ്റിച്ചുകൊടുത്തു. അനുചരരുടെ മന്ത്രോച്ചാരണം ഉച്ചസ്ഥായിയിൽ ആയിക്കൊണ്ടിരുന്നു. റാണി തന്റെ നേത്രങ്ങൾ

തുറന്നു ചുറ്റും നോക്കി. പുത്രനായ റംസീസിനെയും താണ്ടി ആ മിഴികൾ കവാടത്തിലേക്ക് നീണ്ടു.

വരണ്ടുണങ്ങിയ ചുണ്ടുകൾ പതുക്കെ മന്ത്രിച്ചു 'ഹോറസ്'...'ഹോറസ്'...

'മഹാരാജാവേ..അങ്ങയുടെ അർദ്ധസഹോദരൻ ഹോറസ് രാജകുമാരന്റെ സാമീപ്യം ആഗ്രഹിക്കുന്നു ഫറവോ റാണി'

മന്ത്രിമുഖ്യന്റെ വാക്കുകൾ രാജാവിന്റെ മുഖത്തെ ക്രൗര്യം ഒന്നുകൂടി ഇരട്ടിപ്പിച്ചു.

മുണ്ഡനം ചെയ്ത തന്റെ ശിരസ്സിൽ തലോടി അദ്ദേഹം മന്ത്രിയെ നോക്കി കൽപ്പന പുറപ്പെടുവിച്ചു.

'ഹോറസിനെ ശീഘ്രം മാതാവിന്റെ സമീപത്തേക്ക് ആനയിക്കൂ.'

ശയ്യാഗൃഹവിരികൾ നീക്കി മെത്തയ്ക്കരികിലേക്കു നടന്നുവരുന്ന ഹോറസിന്റെ മുഖം പേരിനെ അന്വർത്ഥമാക്കും വിധം സൂര്യചന്ദ്ര ശോഭ സമന്വയിച്ചതായിരുന്നു...

ആറടിയിലേറെ ഉയരവും ചുമലറ്റം ഒഴുകിക്കിടന്ന മുടിയിഴകളും സ്നേഹവും ദയയും പ്രതിഫലിക്കുന്ന തിളക്കമാർന്ന നയനങ്ങളും ഹൃദ്യമായ മന്ദഹാസവും ആ യുവകോമളന്റെ പുരുഷസൗന്ദര്യത്തിന് മാറ്റു കൂട്ടി. ഫറവോറാണിയുടെ മെത്തയ്ക്കരികിലായി മുട്ടുകുത്തി തലകുനിച്ചു ആ യുവാവ് റാണിയുടെ പാദങ്ങളിൽ ശിരസ്സു കൊണ്ട് സ്പർശിച്ചു.ശേഷം മഹാറാണിയുടെ ശോഷിച്ച ചുളിഞ്ഞ വിരലുകൾ തന്റെ കരങ്ങളിലെടുത്തു പതുക്കെപ്പറഞ്ഞു.

'കല്പിച്ചാലും.'

കളങ്കമില്ലാത്ത ആ യുവകോമളന്റെ വദനം ദർശിച്ചപ്പോൾ മഹാറാണിയുടെ ഹൃത്തടത്തിൽ കുറ്റബോധത്തിന്റെ ആയിരം കുന്തമുനകളേറ്റ പ്രതീതി ഉളവാക്കി. ചെയ്തുപോയ ദ്രോഹത്തിന്റെയും പാപത്തിന്റെയും വേദനിപ്പിക്കുന്ന ഓർമ്മകൾ ഫറവോ റാണിയുടെ മനസ്സിനെ ഇളക്കിമറിച്ചു.

ഇരുപത്തിയഞ്ചു വർഷങ്ങൾക്കു മുൻപ് ഇതുപോലൊരു ദിവസം തന്റെ മുൻപിൽ യാചനാഭാവത്തോടെ നീണ്ട അതേ മിഴികൾ...

പട്ടമഹിഷി പദവിയിൽ മയങ്ങിയ തന്റെ മനസ്സാക്ഷിക്ക് അന്നാ ആഗ്രഹം ശ്രവിച്ചപ്പോൾ തീർത്തും പുച്ഛവും വെറുപ്പും മാത്രമാണ് അനുഭവപ്പെട്ടത്.

സ്വന്തം കടമയും കടപ്പാടും മനഃപൂർവ്വം മറന്നുകൊണ്ട് കെട്ടിയുയർത്തിയ വലിയൊരു മിഥ്യ ആയിരുന്നു പിന്നീടങ്ങോട്ടുള്ള ജീവിതയാത്രയിൽ താനും തന്റെ സാമ്രാജ്യവും.

കുറ്റബോധം നിറഞ്ഞ റാണിയുടെ മിഴികൾ മന്ത്രിയുടെ നേർക്ക് നീണ്ടു.

ഫറവോറാണിയുടെ ദൃഷ്ടി തന്നിൽ പതിക്കുന്നതറിഞ്ഞ അയാൾ അസ്വസ്ഥനായി... മുടിയും താടിയും മുഴുവനായും ധവളവർണ്ണമാർന്നുവെങ്കിലും അയാളുടെ കണ്ണുകളിൽ വല്ലാത്തൊരു തിളക്കം ബാക്കിനിന്നിരുന്നു.

ആരോടോ ഉള്ള പകയും വിദ്വേഷവും ഇനിയുമാ കണ്ണുകളിൽ ബാക്കിയുണ്ടെന്ന് ഒരു നടുക്കത്തോടെ ഫറവോറാണി തിരിച്ചറിഞ്ഞു.

അധ്യായം 2

'നമുക്കു വാഗ്ദാനം നൽകിയാലും പ്രിയേ, ഹോറസിന് പ്രായപൂർത്തി എത്തുംവരെ നമ്മുടെ ജനതയെയും രാജ്യത്തെയും പെറ്റമ്മ പൈതലിനെ എന്ന പോലെ സംരക്ഷിച്ചു കൊള്ളുമെന്നു'.

മൃതിയുടെ മന്ത്രോച്ചാരണങ്ങൾക്കിടയിൽ ഫറവോ തുത്മോസിസ് രണ്ടാമൻ തന്റെ പ്രധാനരാജ്ഞി ആയ ഹാഷെപ്സുറ്റിന്റെ കരങ്ങളിൽ വിരൽ ചേർത്ത് യാചനയോടെ അന്ത്യാഭിലാഷം വെളിപ്പെടുത്തി.

'പ്രഭോ..അവിടുത്തെ ദാസിയാണ് ഈയുള്ളവൾ..ഈ നിമിഷം അടിയൻ അവിടുത്തേക്ക് വാഗ്ദാനം നൽകുകയാണ് ഇനിയുള്ള അടിയന്റെ ജീവിതം അങ്ങയുടെ അഭിലാഷപൂർത്തീകരണത്തിനു മാത്രമായിരിക്കും'.

ഫറവോയുടെ പട്ടുമെത്തയ്ക്കരികിൽ വലതും ഇടതുമായി അദ്ദേഹത്തിന്റെ റാണിമാരിൽ പ്രമുഖകളായ ഹാഷെപ്സുറ്റും നെഫെർതിരിയും കണ്ണീരിലും പ്രാർത്ഥനയിലും മുഴുകിയിരിക്കുമ്പോൾ ആണ് ഫറവോ തന്റെ അന്ത്യാഭിലാഷം അന്ന് വെളിപ്പെടുത്തിയത്.

വാഗ്ദാനം നൽകിയെങ്കിലും തന്റെ മനം പിടയുകയായിരുന്നു..തന്റെ പുത്രനായ റംസീസിനെക്കാൾ വെറുമൊരു സംവത്സരത്തിന്റെ വ്യത്യാസമേയുള്ളൂ ഫറവോയ്ക്കു നെഫെർതിരി റാണിയിൽ ജനിച്ച പുത്രനായ ഹോറസിന്...പ്രധാന രാജ്ഞി ആയ തന്റെ പുത്രനെ നിഷ്കരുണം ഫറവോ വിസ്മരിച്ചിരിക്കുന്നു എന്ന തിരിച്ചറിവിൽ തനുവും മനുവും ഓരോനിമിഷവും നീറിപ്പുകഞ്ഞു കൊണ്ടേയിരുന്നു.

റാണി നെഫെർതിരിയുടെ പൊട്ടിക്കരച്ചിലാണ് മനസ്സിനെ ഉണർത്തിയത്... അതെ ഫറവോയുടെ ആത്മാവ് ശരീരം വിട്ടുപോയിരിക്കുന്നു.

നിശ്ചലമായ കണ്ണുകൾ... തന്റെ മനമറിഞ്ഞതുപോലെ... തന്നെ ഉറ്റുനോക്കുകയാണവ... എത്രയും വേഗം അറയിൽ നിന്നും പുറത്തു കടക്കാനാണു മനസ്സ് പ്രേരിപ്പിച്ചത്... അറ വിട്ടിറങ്ങും മുൻപ് മന്ത്രി മുഖ്യനെ ഒരുമാത്ര നോക്കി.

തന്റെ മിഴികളിലെ പ്രതികാരവാഞ്ഛ മനസിലാക്കിയെടുക്കാൻ ബു

ദ്ധിരാക്ഷസനായ അയാൾക്ക് ആ ഇടനേരം ധാരാളമായിരുന്നു.

അയാളേക്കാൾ നല്ലൊരു വിശ്വസ്തനെ വേറെ ലഭിക്കില്ലെന്ന് തനിക്കും അറിയാമായിരുന്നു. രാജ്യകാര്യങ്ങളിൽ മാത്രമായിരുന്നില്ല അയാളുടെ അറിവ്.

മന്ത്രവും, തന്ത്രവും, ആഭിചാരവും, വൈദ്യവും, വിഷചികിത്സയുമടക്കം പലവിധ മേഖലകളിൽ അപാരമായ പാണ്ഡിത്യമുണ്ടായിരുന്നു അയാൾക്ക്.

രാജാവിന്റെ വിശ്വസ്തനായി മന്ത്രിപദം കൈകാര്യം ചെയ്തുതുടങ്ങിയിട്ട് കുറച്ചുകാലമേ ആയിട്ടുള്ളു. അതുകൊണ്ടുതന്നെ അധികാരത്തിന്റെ മാധുര്യം നുകർന്നു മതിവന്നിട്ടുണ്ടാവില്ല. ഇനി വരാൻപോകുന്ന ഭരണാധികാരിയെ സന്തോഷിപ്പിക്കേണ്ടത് തന്റെ നിലനിൽപ്പിനു അത്യാവശ്യമാണെന്ന് അയാളും മനസ്സിലാക്കിയിരുന്നു. തങ്ങൾ രണ്ടുപേരുടെയും ലക്ഷ്യം ഒന്നു തന്നെ ആയിരുന്നു... 'അധികാരം'.

ഫറവോയുടെ ശരീരം പ്രേതസംരക്ഷണാലയത്തിലേക്കു മാറ്റുവാനുള്ള ചടങ്ങുകൾ അതിന്റെ അന്ത്യഘട്ടത്തിലേക്ക് കടന്നു കഴിഞ്ഞിരുന്നു...താഴെ ഉയരുന്ന മന്ത്രോച്ചാരണത്തിന്റെ വീചികൾ ശ്രവിച്ചുകൊണ്ട് മട്ടുപ്പാവിൽ നിൽക്കുകയായിരുന്നു താൻ മന്ത്രിമുഖ്യന്റെ ആഗമനം പോലുമറിയാതെ

" മഹാറാണി...ചടങ്ങുകൾ അവസാനിച്ചിരിക്കുന്നു..."

"മുഖ്യപുരോഹിതനെ ആനയിക്കേണ്ട മുഹൂർത്തമായിരിക്കുന്നു...അവിടുന്നു കല്പിച്ചാൽ..."

അയാളുടെ കണ്ണുകളിൽ കൗശലവും അനുസരണയും ഒളിമിന്നി. തന്റെ മനസ്സ് വായിച്ചറിഞ്ഞതുപോലെ.

ആത്മാവിന്റെ ശേഷിച്ച മോഹങ്ങളും ദേവനായി അവരോധിക്കപ്പെടുമ്പോൾ അനുഗമിക്കേണ്ടവർ ആരൊക്കെയെന്നും പുരോഹിതനിലൂടെ ആത്മാവ് വെളിപ്പെടുത്തുന്ന ചടങ്ങാണിനി.

പ്രതികാരത്തിന്റെയും അധികാരമോഹത്തിന്റെയും ആസക്തിയാൽ ഇരുട്ടുമൂടിയ തന്റെ മനസ്സിൽ യാതൊരുവിധ നിർമ്മലഭാവവും അപ്പോൾ ശേഷിച്ചിരുന്നില്ല...

"പുരോഹിതനിലൂടെ ആത്മാവ് സംസാരിക്കേണ്ടത് നമുക്ക് വേണ്ടി ആവണം മന്ത്രിമുഖ്യ...'

"നമ്മുടെ മാർഗത്തിൽ വിഘ്നം സൃഷ്ടിക്കുന്ന ഒന്നും ആത്മാവിന്റെ അഭിലാഷപൂർത്തീകരണത്തിന് ശേഷം ഇവിടെ ശേഷിക്കരുത്."

തന്റെ ആജ്ഞയിൽ കൊട്ടാരഭിത്തികൾ പോലും വിറച്ചുനിന്നു... ഓ

സിരിസ് ദേവന്റെ ബിംബത്തിനു മുന്നിലെ അണയാദീപം തനിയെ ജ്വലിച്ചമർന്നണഞ്ഞു പോയി.

ചടങ്ങുകൾക്കൊടുവിൽ മുഖ്യപുരോഹിതനിലൂടെ ഫറവോ രാജാവിന്റെ ആത്മാവ് ആവശ്യപ്പെട്ട പ്രിയസാമഗ്രികളിൽ പ്രധാനപ്പെട്ടത് തന്റെ പ്രിയപ്പെട്ട റാണി ആയ നെഫെർതിരിയെ ആയിരുന്നു..ആ വാർത്തയറിഞ്ഞ റാണി പൈതലായ ഹോറസിനെയും വാരിപ്പുണർന്നു പൊട്ടിക്കരഞ്ഞു...

അക്ഷരാർത്ഥത്തിൽ കൊട്ടാരം ശ്മശാനതുല്യമായി.

അന്ത്യയാത്രയിൽ ഫറവോയെ അനുഗമിക്കും മുൻപ് അവസാനമായി ഹോറസിനെ തന്റെ കൈകളിൽ ഏല്പിച്ചാണ് റാണി യാത്ര പറഞ്ഞത്.

അധികാരമോഹത്തിന്റെ ചതിയിൽ അന്നവിടെ തിരുത്തിക്കുറിക്കപ്പെട്ടതു ഈജിപ്തിന്റെ ചരിത്രമായിരുന്നു..

മന്ത്രിമുഖ്യനും തനിക്കുമിടയിൽ ഒരു രഹസ്യമായി ഒതുങ്ങിത്തീർന്നു ഫറവോ രാജാവിന്റെ അന്ത്യാഭിലാഷം..

റംസീസിന്റെ കൂടെ ഹോറസും വളർന്നു ഒരു ഫറവോ ആകാനുള്ള എല്ലാ പരിശീലനവും ഭരണത്തിന്റെ തിരക്കുകൾക്കിടയിലും റംസീസിന് തന്റെ മേൽനോട്ടത്തിൽ താൻ നേരിട്ട് നൽകിയിരുന്നു... വീരശൂര പരാക്രമിയായി അവൻ വളർന്നു... പക്ഷെ തന്റെ ഗുണങ്ങളാണ് അവനിൽ കൂടുതലും ദർശിക്കാൻ കഴിഞ്ഞത്... ചതിയും അക്രമവും അടിച്ചമർത്തലും തന്റെ പുത്രന് ദിനചര്യയായി... എങ്കിലും സിംഹാസനത്തിന്റെ ഭദ്രതയ്ക്കായി സഹോദരിയായ 'ലേബാ'രാജകുമാരിയെയും കുമാരന് വിവാഹം ചെയ്തുകൊടുത്തു താൻ. മാതാപിതാക്കളുടെ സാമീപ്യമില്ലാതെ വളർന്നവനായതിനാലാവാം, ഹോറസിൽ എന്നും ദയയും സ്നേഹവും സഹജീവികളോടുള്ള അനുകമ്പയും തെളിഞ്ഞു നിന്നു...

രൂപ സൗകുമാര്യത്തിലും അവന്റെ നിഴൽ ആവാനുള്ള യോഗ്യത മാത്രമേ റംസീസിന് ഉണ്ടായിരുന്നുള്ളു...

പ്രജകൾക്കിടയിലും ഹോറസിന് മതിപ്പു വർദ്ധിച്ചുവന്ന സാഹചര്യത്തിൽ തന്റെ പുത്രന്റെ നിർബന്ധത്തിനു വഴങ്ങി ഒരു മാതാവായി മാത്രം ചിന്തിച്ചു... പുതിയ ഫറവോ ആയി അവനെ സ്ഥാനാരോഹണം നടത്തി.

എവിടെയാണ് തന്റെ ചുവടുകൾ പിഴച്ചുപോയതു? സ്വന്തം പുത്രൻ സിംഹാസനത്തിനു അനുയോജ്യനല്ലെന്ന തിരിച്ചറിവുണ്ടായപ്പോഴേക്കും വൈകിയിരുന്നു... സ്ത്രീലമ്പടനായ അവന്റെ കൈകളിൽ നിന്നും താൻ

പുത്രിയെ പോൽ സ്നേഹിക്കുന്ന മന്ത്രി പുത്രി മെർണീതിനെ രക്ഷിച്ച രാവിലാണ് സ്വയം മറന്നു താനാ സത്യം വിളിച്ചുപറഞ്ഞത്.

'തുത്മോസിസ് മൂന്നാമൻ എന്ന പദവിയോടെ ഫറവോ ആയി അവരോധിക്കപ്പെടേണ്ടവനല്ലായിരുന്നു നീ' എന്ന തന്റെ അലർച്ചയിൽ നിശ്ശബ്ദനായി അവൻ അറ വിട്ടിറങ്ങിപ്പോയി.

പിന്നീട് വെറും മൂന്ന് രാപകലുകൾ കഴിഞ്ഞപ്പോൾ തിരിച്ചറിയാനാവാത്ത രോഗം ബാധിച്ച ശരീരവുമായി തളർന്നു വീണിരുന്നു താൻ. പിന്നെ ഇതുവരെ എത്ര രാവുകൾ എത്ര പകലുകൾ? ഒന്നും തിരിച്ചറിയാനാവാതെ മരണശയ്യയിൽ വേദന വിങ്ങുന്ന തനുവും കുറ്റബോധം വിങ്ങുന്ന മനവുമായി ഇങ്ങനെ...

മന്ത്രിമുഖ്യനും ഇതിൽ പങ്കുണ്ടോ എന്ന സംശയം തന്റെയുള്ളിൽ ഇപ്പോഴുമുണ്ട്. കാരണം ചെറുപ്പം മുതൽ വൈദ്യശാസ്ത്രത്തിൽ വിദഗ്ധനാണ് മന്ത്രിയായ 'ആയ്'

മാറാരോഗങ്ങൾക്കു വരെ ഒറ്റമൂലികൾ കണ്ടുപിടിച്ച പ്രതിഭയാണയാൾ. പലവിധ വിഷങ്ങളെ കുറിച്ചും അദ്ദേഹം പഠനം നടത്തിയിട്ടുള്ളതാണ്.

അതിനേക്കാളുപരിയായി റംസീസിന്റെ ഭാര്യയും സഹോദരിയുമായ തന്റെ പുത്രി ലേബറാണിക്ക് വിവാഹം കഴിഞ്ഞു ആറുവർഷമായിട്ടും ഗർഭിണിയാവാൻ കഴിഞ്ഞിരുന്നില്ല. മന്ത്രിമുഖ്യന്റെ ഔഷധക്കൂട്ട് സേവിച്ചതില്പിന്നെയാണ് റാണി ഗർഭം ധരിച്ചത്. അതിനുശേഷം റംസീസ് മന്ത്രിമുഖ്യനോട് അമിതമായ അടുപ്പം കാണിക്കുന്നതായി പലപ്പോഴും തോന്നിയിട്ടുണ്ട്.

ഒരുവേള ആ സൗഹൃദത്തിന്റെ ബാക്കിപത്രമാവാം തന്റെ പതനം.

രാജ്ഞിയുടെ ചിന്തകൾക്ക് വിരാമമിട്ടുകൊണ്ട് ഹോറസ് മാതാവിന്റെ നെറ്റിയിൽ മൃദുവായി സ്പർശിച്ചു.

മകനായി കാണാൻ കഴിഞ്ഞിട്ടില്ലെങ്കിലും ഹൃദയം കൊണ്ട് 'മാതാവേ'എന്നു വിളിച്ച പുത്രനെ കാണാൻ സാധിച്ചതിൽ ഫറവോ രാജ്ഞിയുടെ ഹൃദയം ആഹ്ലാദം കൊണ്ടു വിങ്ങി... കുറ്റബോധത്തിന്റെ മിഴിനീർമുത്തുകൾ രാജ്ഞിയുടെ കവിൾത്തടങ്ങളെ നനച്ചു.

അറവാതിൽക്കൽ പകയുടെ കനലുകൾ ജ്വലിക്കുന്ന സ്വപുത്രന്റെ മിഴികളെ അവഗണിച്ചുകൊണ്ട് ഫറവോ രാഞ്ജി ഹോറസിന്റെ കരങ്ങളിൽ തന്റെ അരികിൽ ഇരുന്നു വിതുമ്പുന്ന മെർണീതിന്റെ മൃദുലമായ കരങ്ങൾ ചേർത്തുവച്ചു.

'ഇവളാണ് നിന്റെ യാത്രയിൽ നിന്നെ അനുഗമിക്കേണ്ടവൾ...

ഇവളാണ് നിന്റെ സന്താനങ്ങളെ പ്രസവിക്കേണ്ടവൾ.

മരണം വരെയും ഇവളെ കൈ വെടിയാതിരിക്കുക.

ജീവൻ പോലും നിനക്കായി സമർപ്പിക്കാൻ സന്തോഷത്തോടെ കാത്തിരിക്കുന്നവളാണിവൾ.

എന്നെന്നുമൊന്നായ് വാഴ്ക'

യുവരാജാവും മന്ത്രിയും തോഴിമാരും തരിച്ചു നിൽക്കെ...മഹാറാണിയുടെ കൈകളോടൊപ്പം മെർണീതിന്റെ കരവും തന്റെ കരങ്ങളിൽ ചേർത്തുപിടിച്ചു ഹോറസ് രാജകുമാരൻ മുഖം താഴ്ത്തി അവസാനശ്വാസം വലിക്കുന്ന രാജ്ഞിയുടെ കാതിൽ ഉണർത്തിച്ചു.

'അവിടുത്തെ ആജ്ഞ പോലെ.'

ഫറവോ റംസീസിന്റെ കാതുകളിൽ ഒരു വെല്ലുവിളി ആയി ആ സ്വരം ആയിരം തവണ പ്രതിധ്വനിച്ചു. ഒരു കൊടുങ്കാറ്റിന്റെ വേഗതയിൽ പുറത്തേക്കിറങ്ങിപ്പോയ അയാളെ നോക്കി മന്ത്രിമുഖ്യൻ തരിച്ചുനിന്നു.

അപ്രതീക്ഷിതമായി തന്റെ മുന്നിൽ നടന്ന സംഭവവികാസങ്ങൾ താൻ കരുതുന്നതിലും വലിയ വിപത്താണ് സൃഷ്ടിക്കുവാൻ പോകുന്നതെന്ന് അയാൾക്കുറപ്പായിരുന്നു. മന്ത്രിമുഖ്യന്റെ വിളറിയ മുഖത്തേക്ക് നോക്കി മഹാറാണി അവസാനമായൊന്നു പുഞ്ചിരിച്ചു.

ഒരു സാമ്രാജ്യം ഭരിച്ച ഫറവോ റാണിയുടെ എല്ലാവിധ പ്രൗഢിയും ആത്മഹർഷവും അടങ്ങിയിരുന്നു ആ പുഞ്ചിരിയിൽ.

അധ്യായം 3

അടുത്ത പുലരിയിൽ ഫറവോ രാജ്ഞി നാട് നീങ്ങിയ അറിയിപ്പാണ് ഈജിപ്തിലെ പ്രജകളെ വരവേറ്റത്... രാജ്യം മൊത്തം ശോകമൂകമായിത്തീർന്നു... തെരുവുകളിൽ പ്രജകൾ ഒസിരിസ് ദേവന് മുന്നിൽ റാണിയുടെ ആത്മാവിനായി നിശ്ശബ്ദമായി പ്രാർത്ഥിച്ചു... സ്ത്രീകൾ ശിരോവസ്ത്രത്തിൽ മുഖം മറച്ചു വിങ്ങിക്കരഞ്ഞു...

ലോകചരിത്രത്തിലെ തന്നെ ആദ്യത്തെ വനിതാഭരണാധികാരി ആയിരുന്നു അവരുടെ റാണി...എന്നും ഏതു ദുഖങ്ങളിലും പ്രജകളെ സംരക്ഷിച്ചവൾ...പുരുഷന്റെ വേഷഭൂഷാദികൾ അണിഞ്ഞപ്പോളും സ്ത്രീകളോട് പരിഗണനയും സ്നേഹവും കാണിച്ചവൾ.

അവർക്കായി പ്രത്യേക സൗകര്യങ്ങളും, അവകാശങ്ങളും കല്പിച്ചുകൊടുത്തവൾ...

കൊട്ടാരം മുഴുവൻ നിശ്ശബ്ദമായിരുന്നു.

അന്തഃപുരത്തിനുള്ളിൽ തേങ്ങിക്കരച്ചിലുകൾ ഇടയ്ക്കിടെ ഉയർന്നുതാണു. ഭരണത്തിന്റെ അവസാനഘട്ടങ്ങളിൽ താഴെക്കിടയിൽ ഉള്ളവരുമായി ഒരു പ്രത്യേക അടുപ്പം കാത്തുസൂക്ഷിച്ചിരുന്നു റാണി.

അതുകൊണ്ടുതന്നെ കൊട്ടാരത്തിലെ പരിചാരകരോരോരുത്തരും അവർക്കായി കണ്ണീർ പൊഴിച്ചു.

ഫറവോ രാജ്ഞിയുടെ മൃതദേഹത്തിനരികിൽ പുരോഹിതരുടെ മന്ത്രോച്ചാരണം തുടങ്ങിയിരിക്കുന്നു. മൃതദേഹം പ്രേതസംരക്ഷണാലയത്തിലേക്കു മാറ്റുകയാണ്... അവിടെയാണിനി എഴുപതു നാൾ കൊണ്ട് ഫറവോ റാണിയെ മമ്മി ആയി തയ്യാർ ചെയ്യുക... മമ്മി ആയി അവരോധിക്കപ്പെട്ടുകഴിഞ്ഞാൽ പിന്നെ മരണദേവനായ 'ഒസിരിസിനു' തുല്യമാണ് ഫറവോ. പുതുതായി ഭരണമേറ്റെടുക്കുന്ന ഫറവോകൾ. 'റാ' എന്ന സൂര്യദേവന്റെ രക്ഷകരായി പ്രവർത്തിക്കും എന്നുമാണ് വിശ്വാസം.

അന്തഃപുരത്തിന്റെ പുറകുവശത്തായി ദാസിപ്പുരയിൽ ഏങ്ങലടികൾ നിലച്ചു തുടങ്ങിയിരിക്കുന്നു..ഓരോ മുഖങ്ങളിലും ഭയം തളംകെട്ടിയിരു

ന്നു..റാണിയുടെ ദാസിമാരായ തങ്ങളിൽ ആരാണ് ഫറവോ റാണിയോടൊപ്പം ഇന്ന് അന്ത്യയാത്രയിൽ മമ്മി ആകാൻ തിരഞ്ഞെടുക്കപ്പെടുക എന്ന ഭയം ഓരോ മുഖത്തും നിഴലിച്ചു.

കൊട്ടാരം ജ്യോത്സ്യന്റെ പ്രവചന സമയം ആഗതമായിക്കൊണ്ടിരിക്കുകയാണ് 'ഫറവോയെ അനുഗമിക്കുക' എന്നാൽ ഒരിക്കലും മരണമില്ലാത്ത ഒരു ലോകം ലഭിക്കുക എന്നാണ് പറയപ്പെടുന്നത്.

പരലോകജീവിതത്തിൽ അന്ധമായി വിശ്വസിക്കുന്ന അവർ മരണാനന്തരലോകത്തേക്ക് പോകുമ്പോൾ തങ്ങൾക്ക് പ്രിയപ്പെട്ടതെല്ലാം പിരമിഡിനുള്ളിൽ കല്ലറയ്ക്കുള്ളിൽ ശേഖരിച്ചുവച്ചു. വളർത്തുമൃഗങ്ങൾ മുതൽ പരിചാരകർ വരെ അതിലുൾപ്പെട്ടു...

ഫറവോയോടൊപ്പമുള്ള യാത്ര പുണ്യമാണെന്നാണ് വിശ്വാസം.

എങ്കിലും അങ്ങനെയൊരാശ്വാസം ആരുടെ മുഖത്തും അപ്പോൾ ദർശനീയമല്ലായിരുന്നു.

അന്തപ്പുരത്തിൽ ശൂന്യമായ ഫറവോ റാണിയുടെ പട്ടുമെത്തയ്ക്കരികിൽ വെറും നിലത്തു മെർണീത് തളർന്നിരുന്നു... കണ്ണീർ ഉണങ്ങിയ കവിളുകളും ഏതു നിമിഷവും വീണ്ടും പെയ്യാൻ വിതുമ്പുന്ന നീൾമിഴികളും സായാഹ്ന സൂര്യനെ പോൽ ചുവന്നിരുന്നു... സ്വർണവർണമാർന്നതും നിബിഡവുമായ അവളുടെ കേശഭാരം അഴിഞ്ഞുലഞ്ഞു തറയിൽ ഒഴുകിക്കിടന്നു.

ചോരചുവപ്പാർന്ന അധരങ്ങൾ അപ്പോളും ഇടയ്ക്കിടെ വിതുമ്പിക്കൊണ്ടിരുന്നു...

മാതാവില്ലാതെ വളർന്ന അവൾക്കു ലഭിച്ച സൗഭാഗ്യമായിരുന്നു മഹാറാണിയുടെ സ്നേഹം. തന്റെ വലംകൈ ആയ മന്ത്രി എന്ന പരിഗണന പിതാവിനെന്നപോൽ അദ്ദേഹത്തിന്റെ അമ്മയില്ലാത്ത പുത്രിക്കും രാജ്ഞി നൽകിയിരുന്നു.

അവസാന നാളുകളിൽ റാണിയുടെ മുഖ്യപരിചാരിക ആയ സിട്രയിൻ റാണിയെ ശുശ്രൂഷിക്കുമ്പോൾ അവർക്കു തുണ ആയി പൂർണ മനസ്സോടെ സ്വന്തം മാതാവിനെ എന്ന പോൽ മെർണീതും രാജ്ഞിയെ ശുശ്രൂഷിച്ചിരുന്നു. സ്വമാതാവിന്റെ സ്മരണകൾ പോലും മനസ്സിൽ ബാക്കിയില്ലാത്ത അവൾക്ക് അക്ഷരാർത്ഥത്തിൽ ഫറവോറാണി മാതാവു തന്നെയായിരുന്നു.

അവളുടെ ജ്വലിക്കുന്ന സൗന്ദര്യത്തിൽ ആകൃഷ്ടനായ ഫറവോ റംസീസ് തന്റെ അന്തഃപുരത്തിലെ വെപ്പാട്ടികളിൽ ഒരുവൾ എന്ന പേര് നൽകി ആ സൗന്ദര്യം ആസ്വദിക്കാൻ ശ്രമിച്ചപ്പോളെല്ലാം റാണി അവളു

ടെ ഹൃദയപുരുഷൻ ഹോറസ് ആണെന്നു മനസ്സിലാക്കി സ്വന്തം പുത്രനെ എതിർത്ത് അവളെ സംരക്ഷിച്ചിരുന്നു...

ഫറവോ രാജകുമാരന്റെ കല്പനയ്ക്കു മുന്നിൽ നിസ്സഹായനായി പോകുന്ന പിതാവിനേക്കാൾ രാജ്ഞിയെ ആയിരുന്നു അവൾക്കു വിശ്വാസം...

ആ ആശ്രയമാണ് ഇന്ന് അണഞ്ഞു പോയത്... ആ ദുഃഖം അവൾക്കു താങ്ങുവാൻ വയ്യാത്തവിധം വളരെ വലുതായിരുന്നു.

പുറത്തു മന്ത്രോച്ചാരണത്തിന്റെ ശബ്ദവീചികൾ അതിന്റെ ഉച്ചസ്ഥായിയിൽ എത്തിയിരിക്കുന്നു...

പുരോഹിതപ്രവചനം കഴിഞ്ഞുവെന്നതിന്റെ സൂചനയാണത്. ഇടനാഴിയിൽ അവ ഉച്ചത്തിൽ മുഴങ്ങിക്കൊണ്ടിരുന്നു...അടുത്ത നിമിഷം ഒരു യുവതിയുടെ ദീനവിലാപം മെർണീതിന്റെ കാതുകളിൽ പ്രതിധ്വനിച്ചു... അവൾ പിടഞ്ഞെഴുന്നേറ്റു ഇടനാഴിയിലേക്ക് കുതിച്ചു

പുരോഹിതന്മാരുടെ മന്ത്രോച്ചാരണത്താലും ധൂമപടലത്താലും ഇടനാഴിയും കൊട്ടാരത്തിന്റെ അകത്തളവും നിറഞ്ഞിരുന്നു...എങ്കിലും മങ്ങിയ ദീപപ്രഭയിൽ അവൾ കണ്ടു ഫറവോയുടെ ഭടന്മാർ വലിച്ചിഴച്ചു കൊണ്ടുപോകുന്ന യുവതിയെ.

ഫറവോ രാജ്ഞിയുടെ മുഖ്യപരിചാരിക ആയിരുന്ന സിദ്രയിൻ ആയിരുന്നു ആ യുവതി...

പുരോഹിത പ്രവചനത്തിൽ ഇനിയെന്നും ഫറവോ ദേവിയുടെ വലംകൈ ആവാൻ ഭാഗ്യം സിദ്ധിച്ചവളാണിപ്പോളവൾ...

ഒരു തെറ്റും ചെയ്യാതെ ക്രൂരമായി വധിക്കപ്പെടാൻ പോകുന്നവൾ.

മറ്റു തോഴിമാരുടെ ഏങ്ങലടി ശബ്ദത്തിനിടയിൽ അവളുടെ വിലാപം വേറിട്ട് നിന്നു...

'പ്രഭോ...അടിയന്റെ പുത്രൻ...പിഞ്ചു പൈതലാണവൻ, മാതാവില്ലാതെ അവനെങ്ങനെ ജീവിക്കും ? അടിയനെ വിട്ടയയ്ക്കാൻ ദയവുണ്ടാകേണമേ'

സിദ്രയിനിന്റെ ദയനീയമായ വിലാപം മെർണീതിന്റെ കാതുകളിൽ തുളഞ്ഞുകയറി...കുറച്ചുമാറി അവളുടെ ഭർത്താവ് 'ജോഷ്വാ' ചെറിയൊരു ആൺകുഞ്ഞിനെ നെഞ്ചോട് ചേർത്ത് നിലത്തു മുട്ടുകുത്തി ഇരുന്നു പൊട്ടിക്കരയുന്നുണ്ടായിരുന്നു.

ഫറവോയുടെ കല്പനയ്ക്കും പുരോഹിതന്റെ പ്രവചനത്തിനും എതിരായി ചെറുവിരൽ പോലും അനക്കാൻ കഴിയാത്ത വെറുമൊരു സേവകൻ മാത്രമായിരുന്നു അവൻ. നാളെ ഒരുപക്ഷെ സ്വന്തം പത്നിയെ

കൊലപ്പെടുത്താൻ ഫറവോ അവനെത്തന്നെ നിയോഗിച്ചേക്കാം...

അത്രയേറെ ക്രൂരമായൊരു മനസ്സാണ് ഫറവോയ്ക്കെന്ന് അവിടെ കൂടിയ ഓരോരുത്തർക്കും അറിയാമായിരുന്നു.

'തുത്മോസിസ് മൂന്നാമൻ' എന്ന പദവിയും രാജ്യവും സ്വന്തമായതോടെ അഹങ്കാരത്താൽ സ്വയം മറന്നിരുന്നു അദ്ദേഹം... മഹാറാണിക്ക് വീണ്ടുവിചാരമുണ്ടായി തന്റെ ഫറവോസ്ഥാനം തിരിച്ചെടുക്കുമോ എന്ന ഭയത്താൽ സ്വന്തം മാതാവിന് കൊടുത്ത ഭക്ഷണത്തിൽ ശരീരം പതുക്കെ തളർന്നു പോകുന്ന കൊടുംവിഷം കലർത്തിയ രഹസ്യം പലർക്കും അറിയാമെങ്കിലും പുതിയ ഫറവോയോടുള്ള ഭയം അവരുടെ നാവുകളിൽ ആ രഹസ്യം എന്നെന്നേക്കുമായി ബന്ധിക്കപ്പെടാൻ നിർബന്ധിതരാക്കി...

മരവിച്ചു നിൽക്കുന്ന മെർണീതിന്റെ മുന്നിലൂടെ പുരോഹിത സംഘം കടന്നു പോയി... അവരുടെ പുറകെ സിദ്രയിനിനെ വലിച്ചിഴച്ചുകൊണ്ട് ഭടന്മാരും...

ആ പാവം ദാസിയുടെ ഹൃദയം തകരുന്ന വിലാപം കൊട്ടാരഭിത്തികളിൽ അലയടിച്ചില്ലാതായി...അകന്നു പോകുന്ന മന്ത്രോച്ചാരണങ്ങൾക്കൊപ്പം ആ നിലവിളിയും പതുക്കെ നേർത്തു നേർത്തില്ലാതെയായി...

ഇനി ആ ദാസി നേരിടേണ്ടിവരുന്ന പീഡനമുറകൾ അതിക്രൂരമായിരിക്കും. ശരീരം ക്ഷതങ്ങളില്ലാതെ ലഭിക്കാൻ വേണ്ടി മൂർദ്ധാവിൽ ശൂലം തറയ്ക്കും. ജീവൻ പിടഞ്ഞു തീരുംവരെ ശൂലത്തിൽ കോർത്ത തലയുമായി പ്രേതസംരക്ഷണാലയത്തിലെ സ്തൂപത്തിൽ കെട്ടിവയ്ക്കും. ജീവന്റെ അവസാന തുടിപ്പും നിലച്ചാൽ മാത്രമേ താഴെയിറക്കി കിടത്തുകയുള്ളു.

ആളൊഴിഞ്ഞ ഇടനാഴിയുടെ അറ്റത്തേക്ക് നോക്കി മരവിച്ച ഹൃദയവുമായി മെർണീത് ചലനമറ്റു നിന്നു... തോഴിമാരുടെ വിതുമ്പൽ മാത്രം ഇടയ്ക്കിടെ ആ ഇരുട്ടിൽ ഉയർന്നു കേട്ടു...

ഈ ക്രൂരതയ്ക്കെതിരെ ഒന്നും ചെയ്യാനാകാതെ ഫറവോയുടെ കല്പനകൾ നിറവേറ്റാൻ മാത്രമായി ജീവിക്കുന്ന പലരിൽ ഒരുവനായ അയാളും തന്റെ പിഞ്ചോമനയെ ചേർത്തുപിടിച്ചുകൊണ്ട് ഏങ്ങിക്കരച്ചിലോടെ കൊട്ടാരത്തിന്റെ അകത്തളത്തിലൂടെ പുറകിലെ ഇടനാഴിയിലേക്ക് നടന്നുമറഞ്ഞു...

അധ്യായം 4

നൈലിന്റെ പടിഞ്ഞാറേ തീരം...

കുന്നുകൾ നിറഞ്ഞ ഈ പ്രദേശമാണ് ഫറവോകൾ തങ്ങളുടെ അവസാന വിശ്രമഭൂമിയായി തിരഞ്ഞെടുത്തത്.

ഓരോ കുന്നുകളും തുരന്നവർ തങ്ങൾക്കായി പിരമിഡുകൾ പണി കഴിപ്പിച്ചു... പിന്നീടാ പ്രദേശം 'രാജാക്കന്മാരുടെ താഴ്വര' എന്ന പേരിൽ അറിയപ്പെട്ടുതുടങ്ങി.

ഓരോ ഫറവോയും അധികാരത്തിൽ കയറുമ്പോൾ തന്നെ തങ്ങളുടെ പിരമിഡിന്റെ നിർമ്മാണം തുടങ്ങിവയ്ക്കും.കാരണം ആയിരക്കണക്കിനടിമകൾ വർഷങ്ങളോളം പരിശ്രമിച്ചാൽ മാത്രമേ പിരമിഡിന്റെ പണി പൂർത്തിയാക്കാൻ സാധിക്കുകയുള്ളു...ചങ്ങാടങ്ങളിൽ കൊണ്ടുവരുന്ന വലിയ ചുണ്ണാമ്പുകല്ലുകൾ കൊണ്ട് അടിമകളെ ഉപയോഗിച്ചവർ അവർക്കായുള്ള ലോകം നിർമ്മിച്ചു.

അകാലത്തിൽ മരണപ്പെടുന്ന ഫറവോകൾ തങ്ങളുടെ പിതാമഹന്മാരുടെ പിരമിഡിനുള്ളിൽ അന്ത്യനിദ്ര പൂകി.

അവരുടെ വിശ്വാസപ്രകാരം മരണശേഷം ദൈവത്തിന്റെ കൂടെയാണ് ഫറവോയുടെ സ്ഥാനം. അതുകൊണ്ടു തന്നെ ഫറവോയുടെ വാക്കുകൾ ദൈവവാക്കുകൾക്ക് സമാനമായിരുന്നു അവർക്ക്. മരണാനന്തര ജീവിതത്തിൽ വിശ്വസിച്ചു പോന്ന ഫറവോകൾ തങ്ങളുടെ മരണശേഷമുള്ള ജീവിതത്തിന് ആവശ്യമായ എല്ലാ ആർഭാടങ്ങളും ശവശരീരത്തോടൊപ്പം പിരമിഡിനുള്ളിൽ ശേഖരിച്ചു വച്ചു.

അതിനുവേണ്ടി ഭരണത്തിന്റെ കൂടുതൽസമയം അവർ ചിലവഴിച്ചു.

രാജാക്കന്മാരുടെ താഴ്വരയായ ഫറവോകളുടെ ശവഭൂമിക്കു കിഴക്കു പടിഞ്ഞാറായാണ് 'ഡെയർ അൽ മദീന ഗ്രാമം' സ്ഥിതി ചെയ്യുന്നത്... പിരമിഡിന്റെ നിർമ്മാണത്തൊഴിലാളികൾക്കായി പ്രത്യേകം പണികഴിപ്പിച്ച ഒരു കൊച്ചുഗ്രാമം ആയിരുന്നു അത്... തച്ചുശാസ്ത്ര വിദഗ്ധരും കല്പണിക്കാരും അങ്ങനെയങ്ങനെ ഒരു പിരമിഡിന്റെ എല്ലാ പ

ണി ചെയ്യുന്നവർക്കായി മാത്രം ഒരു രഹസ്യഗ്രാമം.

അവർക്കു പുറംലോകവുമായുള്ള ബന്ധം വർഷങ്ങളായി ഫറവോകൾ വിലക്കിയിരുന്നു..അതുകൊണ്ടു തന്നെ അവർ ആ ഗ്രാമത്തിൽ ജനിച്ചു അവിടെ ജീവിച്ചു, അവിടെത്തന്നെ മരിച്ചു.വൈദ്യശാലകൾ, കച്ചവടസ്ഥാപനങ്ങൾ, ഭക്ഷണശാലകൾ എന്നിങ്ങനെ അവർക്കായി എല്ലാ സൗകര്യങ്ങളും ഒത്തുചേർന്ന ഒരു ഗ്രാമമായിരുന്നു ഫറവോകൾ തയ്യാറാക്കിയിരുന്നത്.

ഫറവോകളുടെ മമ്മികളോടൊപ്പം സംസ്കരിക്കുന്ന വൻനിധിസമ്പത്തിനായി കൊള്ളക്കാർ പിരമിഡിനുള്ളിൽ കടന്നു ശവശരീരം വലിച്ചു പുറത്തെടുത്തുപേക്ഷിച്ച ശേഷം നിധിശേഖരം മോഷ്ടിച്ചു കടന്നു കളയുക സാധാരണമായിരുന്നു. അതുകൊണ്ടാണ് ഫറവോകൾ ജനവാസം തീരെ കുറഞ്ഞ ഈ കുന്നുകൾക്കിടയിൽ അവരുടെ അന്ത്യവിശ്രമത്തിനായി ഇടം കണ്ടെത്തിയത്. പിരമിഡിനുള്ളിൽ ശവശരീരവും അതിനോടൊപ്പമുള്ള സമ്പത്തും അടക്കിയ ശേഷം ശവപേടകത്തിലേക്കുള്ള വഴിയടക്കം തെളിവൊന്നും അവശേഷിപ്പിക്കാതെ മണ്ണിട്ട് മൂടിക്കളയുകയായിരുന്നു പതിവ്.

പിരമിഡ് ജോലിക്കാരൊഴികെ മറ്റെല്ലാവർക്കും ആ സമ്പത്തിലേക്കുള്ള വഴി അന്യമായിരുന്നു അന്ന്. പുറംലോകവുമായി ബന്ധപ്പെടാൻ അതുകൊണ്ടു തന്നെ ഫറവോകൾ അവർക്ക് അനുവാദം നൽകിയിരുന്നില്ല...

ഭർത്താവായ തുത്മോസിസ് രണ്ടാമന്റെ ശവകുടീരത്തിനരികിലായാണ് ഫറവോ റാണി ഹാഷെപ്സുറ്റിനും ശവക്കല്ലറ ഒരുങ്ങുന്നത്... ഇനിയുള്ള എഴുപതു ദിവസങ്ങളിൽ അതിന്റെ അന്തിമഘട്ടത്തിലുള്ള കരകൗശല വേലകളും റാണിയുടെ ഭരണത്തെ പ്രകീർത്തിച്ച ചരിത്ര വിവരണവും ഹൈറോഗ്ലിഫിക്ക് ലിപിയിൽ കല്ലറയുടെ ചുവരുകളിൽ എഴുതുകയും അലങ്കാരപ്പണികൾ ചെയ്തു തീർക്കുകയും ചെയ്യും.

അതുവരെ ഈജിപ്തിലെ പ്രജകൾക്ക് ദുഃഖാചരണമാണ്. ആഘോഷങ്ങളോ ആർഭാടങ്ങളോ ഇല്ലാതെ ഫറവോ രാജ്ഞിയുടെ ആത്മാവിനായി പ്രാർത്ഥിച്ചുകൊണ്ടിരിക്കുമവർ, സ്വർഗത്തിലേക്കുള്ള രാജ്ഞിയുടെ യാത്ര സുഗമമാക്കാൻ പ്രജകൾ ചെയ്യേണ്ട കർമ്മമാണത്.

രാജാക്കന്മാരുടെ താഴ്വരയ്ക്കരികിൽ തന്നെയാണ് പ്രേതസംരക്ഷണ കുടീരവും അനുബന്ധ ചടങ്ങുകൾക്കായുള്ള കുടീരങ്ങളും ഫറവോ രാജ്ഞിയുടെ മൃതദേഹം അവസാനമായി ഒരുനോക്കു കാണാൻ 'ഡെയർ അൽ മദീന' ഗ്രാമവാസികൾ മൊത്തം ആ പാതയ്ക്കിരുവശ

ത്തും തടിച്ചു കൂടിയിരുന്നു... നിശ്ശബ്ദരായി തല താഴ്ത്തി കൈകളാൽ മുഖം മറച്ചു ചിലർ വിങ്ങിക്കരയുന്നുണ്ടായിരുന്നു...

പുരോഹിതനും അനുചരവൃന്ദവും മുൻപിലും സകലപ്രൗഢിയോടും കൂടി, ഘോഷയാത്രയായി ഫറവോരാജ്ഞിയുടെ മൃതദേഹവുമായി പടയാളികൾ തൊട്ടുപിറകെയും മന്ത്രോച്ചാരണങ്ങളോടെ നടന്നു നീങ്ങി... ഏറ്റവും പിന്നിലായി ദാസിയായ സിദ്രയിനെയും വലിച്ചിഴച്ചു കുറച്ചു പുരോഹിതശിഷ്യന്മാരും ആ ശവയാത്രയെ അനുഗമിച്ചു.

കരഞ്ഞു തളർന്ന സിദ്രയിനിന്റെ കണ്ഠത്തിൽ നിന്നും ചെറിയൊരു ഞരക്കം മാത്രം പുറത്തു കേട്ടു ആ മാതാവിന്റെ ഹൃദയവേദന 'എബാ എന്റെ കുഞ്ഞേ'എന്ന രണ്ടു വാക്കുകളായി മാത്രം പുറത്തു കേട്ടു.

സന്ധ്യയുടെ ഇളം ചുവപ്പു വീണു തുടങ്ങിയ ആ വഴിത്താരയിലുള്ള അവസാനത്തെ ആളും ശവയാത്ര കടന്നു പോയതിന് ശേഷം പിരിഞ്ഞുപോയി...പൂത്തു നിൽക്കുന്ന ചോളപ്പാടത്തിനുള്ളിൽ നിന്നും ഒരു നിഴൽ പതുക്കെ ഇരുട്ടുവീണു തുടങ്ങിയ നടപ്പാതയിലേക്ക് തളർച്ചയോടെ നടന്നു കയറി...

തളർന്ന ശരീരവുമായി ശിരസ്സ് താഴ്ത്തി അയാൾ ശവയാത്ര പോയ നടപ്പാതയിലൂടെ പ്രേതസംരക്ഷണ കുടീരം ലക്ഷ്യമാക്കി കരുതലോടെ നടന്നു നീങ്ങി.

പ്രജകളായ ആരും ഈ ഗ്രാമത്തിലേക്ക് പ്രവേശിക്കരുത് എന്ന കർശന വിലക്ക് നിലനിൽക്കുന്ന ഓർമ്മ അയാളിലുള്ളത് കൊണ്ടാവാം അയാളുടെ ഓരോ ചലനവും കരുതലോടെയായിരുന്നു.

സ്വന്തം ജീവനേക്കാൾ സ്നേഹിക്കുന്ന പ്രിയപ്പെട്ട ഭാര്യയെ കണ്മുന്നിലൂടെ പുരോഹിതർ വലിച്ചിഴച്ചു കൊണ്ടുപോകുന്നത് നിസ്സഹായനായി നോക്കിനിൽക്കേണ്ടി വന്ന തന്റെ ഗതികേടിനെ കുറിച്ചോർത്താവാം അയാൾ ഇത്രയേറെ തളർന്നു പോയത്. എങ്കിലും പ്രിയപത്നിയെ ഉപേക്ഷിച്ചുകളയാൻ കഴിയാതെ ഹൃദയം മുറിയുന്ന വേദനയോടെ വിങ്ങിക്കരഞ്ഞു കൊണ്ട് ആരുമറിയാതെ ചോളപ്പാടത്തിനുള്ളിലൂടെ അയാൾ അവളെ അനുഗമിച്ചു... സിദ്രയിനിന്റെ അവസാനത്തെ നിലവിളി ഓരോ നിമിഷവും അയാളുടെ കാതുകളിൽ കൂരമ്പായി തുളച്ചുകയറിക്കൊണ്ടേയിരുന്നു...

തന്റെ പത്നിക്കായി ഒന്നും ചെയ്യാൻ കഴിയാത്ത ഫറവോയുടെ വെറുമൊരു പടയാളി മാത്രമായ തന്റെ വിധിയെ ഓരോ നിമിഷവും പഴിച്ചു കൊണ്ട് ഇരുണ്ട ആ നടപ്പാതയുടെ അരികുപറ്റി അയാൾ പതുങ്ങി നടന്നു. എന്തെങ്കിലും കാരണവശാൽ പിടിക്കപ്പെട്ടാൽ തങ്ങളുടെ പുത്രന്

ഒരേസമയം മാതാവും പിതാവും നഷ്ടപ്പെടുമെന്ന ബോധ്യത്തോടെ ആയിരുന്നു അയാളുടെ ഓരോ ചലനവും.

ഇരുട്ടിന്റെ നിഴൽ പറ്റി അയാൾ പ്രേതസംരക്ഷണ കുടീരത്തിന്റെ പുറകിലെ ചുവരിൽ ചാരി തളർന്നു നിന്നു കിതച്ചു.

അറയ്ക്കുള്ളിൽ ഉയർന്നുകൊണ്ടിരിക്കുന്ന മന്ത്രോച്ചാരണം അയാളെ ഭയചകിതനാക്കി...ഹൃദയം പൊടിയുന്ന വേദനയോടെ അയാൾ കിളിവാതിലിനരികിലേക്കു നീങ്ങി കത്തിജ്വലിക്കുന്ന ദീപങ്ങളുടെ പ്രഭയിൽ അയാൾ വ്യക്തമായി കണ്ടു ഫറവോ രാജ്ഞിയുടെ മൃതദേഹത്തിനരികിലായി അർദ്ധമയക്കത്തിൽ തളർന്നു കിടക്കുന്ന തന്റെ പ്രിയപത്നിയെ...

എത്ര നിയന്ത്രിച്ചിട്ടും ഉള്ളിലെ വിതുമ്പൽ അടക്കിപ്പിടിക്കാൻ അയാൾക്കു കഴിഞ്ഞില്ല.

വിതുമ്പിക്കരയുന്ന അയാളുടെ ചുമലിൽ കരുത്തുറ്റ ഒരു കരം അമർന്നു... ഞെട്ടിപ്പിടഞ്ഞ അയാൾ തന്റെ മുന്നിൽ നിൽക്കുന്ന ദീർഘകായനായ പുരുഷനെ കണ്ടു തരിച്ചുനിന്നു.

'താങ്കൾ ഇവിടെ എന്താണ് ചെയ്യുന്നത്'?

ഒരു മറുപടി വാക്കു പോലും പറയാൻ കഴിയാതെ ആ സേവകൻ തന്റെ അന്ത്യനിമിഷങ്ങൾ അടുത്തെത്തി എന്ന തിരിച്ചറിവിൽ അവിടെ തളർന്നു നിന്നുപോയി.

അധ്യായം 5

ഭയചകിതനായി നിൽക്കുന്ന സേവകന്റെ ഭുജങ്ങളിൽ കരങ്ങൾ ചേർത്ത് ഹോറസ് വീണ്ടും ചോദിച്ചു.

'പറയൂ സഹോദരാ... അന്യർക്ക് പ്രവേശനമില്ലാത്ത ഈ കുടീരത്തിലേക്ക് അങ്ങെന്തിന് വന്നു... പുരോഹിതരുടെ, ശ്രദ്ധയിൽ പെട്ടാൽ അങ്ങയുടെ പുത്രന് പിതൃസാമീപ്യം കൂടി ഇല്ലാതാവും എന്ന സത്യം താങ്കൾക്ക് അറിവില്ലെന്നുണ്ടോ ?'

മുഖം കരതലങ്ങൾ കൊണ്ടു മറച്ചയാൾ പൊട്ടിക്കരഞ്ഞു.

'പ്രഭോ... എന്റെ പത്നി... ഒരുതെറ്റും ചെയ്യാത്ത അവളെ...'

ഹോറസ് ചുറ്റും നോക്കി... കുടീരവും അനുബന്ധ പ്രദേശങ്ങളും ഇരുൾ മൂടിയിരിക്കുന്നു... നാലുവശത്തുമുള്ള ഈന്തപ്പനകളുടെ നിഴൽ അവിടെ കൂടുതൽ ഇരുൾ പടർത്തുന്നുണ്ട്.

എങ്കിലും അകത്തളത്തിലെ ദീപം കിളിവാതിലിലൂടെ പുറത്തേക്ക് അല്പാല്പമായി പ്രഭ ചൊരിയുന്നു...

കിഴക്കു വശത്തായി ദൂരെ നിശ്ശബ്ദയായി നൈൽ ഒഴുകുന്നു... ഇവിടെ ഇനിയും നിൽക്കുന്നത് ആപത്താണെന്നു ഓരോ നിമിഷവും ഹോറസിന്റെ മനസ്സ് മന്ത്രിച്ചു.

പെട്ടന്നാണ് ഹൃദയഭേദകമായ സിട്രയിനിന്റെ കരച്ചിൽ അവിടെ മുഴങ്ങിയത്... അതിനേക്കാൾ ഉച്ചത്തിൽ പുരോഹിതരുടെ മന്ത്രോച്ചാരണ ശബ്ദവും കിളിവാതിലിലൂടെ പുറത്തേക്ക് വന്നു...

തന്റെ ഭാര്യയുടെ ദയനീയവിലാപം ശ്രവിച്ച അയാൾ ഒരു ഭ്രാന്തനെപ്പോലെ കിളിവാതിലൂടെ ഉള്ളിലേക്ക് നോക്കി.

രക്തം മരവിക്കുന്ന കാഴ്ചയായിരുന്നു ഉള്ളിൽ അരങ്ങേറിക്കൊണ്ടിരുന്നത്...

ബലിപീഠത്തിൽ ബന്ധനസ്ഥയായിക്കിടക്കുന്ന ആ പാവം ദാസിയുടെ ശിരസ്സിലൂടെ ശൂലം തറച്ചുകയറ്റിയിരുന്നു... ജീവൻ പോകുന്ന വേദനയിൽ അവൾ പിടയുകയാണ്...

മുഖ്യപുരോഹിതൻ ചൊല്ലിക്കൊടുക്കുന്ന മന്ത്രവചസ്സുകൾ പരമാവധി ഉച്ചത്തിൽ ഏറ്റുചൊല്ലുകയാണ് അനുചരവൃന്ദം...

പതുക്കെ അവളുടെ പിടച്ചിൽ നിലച്ചുവരുന്നതും നോക്കി ഹൃദയം നുറുങ്ങുന്ന വേദനയോടെ വിങ്ങിക്കരയുന്ന അയാളെയും ചേർത്തുപിടിച്ചു ഹോറസ് കുടീരത്തിന്റെ പുറകിലേക്ക് നടന്നു... അപ്പോളും കുടീരത്തിൽ നിന്നു അനുബിസ് ദേവന്റെ മന്ത്രോച്ചാരണധ്വനികൾ മുഴങ്ങിക്കേൾക്കുന്നുണ്ടായിരുന്നു

ബാർലി തോട്ടത്തിന് നടുവിലൂടെയുള്ള ചെറിയ വഴിയിലൂടെ... അയാളെയും ചേർത്ത്പിടിച്ചു ഹോറസ് നടപ്പാതയിലേക്കിറങ്ങി...

അവിടെ അവരെയും കാത്തു അദ്ദേഹത്തിന്റെ സന്തതസഹചാരിയായ 'കേയ' എന്ന ബലിഷ്ഠനായ വെള്ളക്കുതിര തലയെടുപ്പോടെ നിന്നു...തളർന്നു നിൽക്കുന്ന സേവകനെയും കുതിരപ്പുറത്തു കയറ്റി ഇരുൾവീണ ആ നടപ്പാതയിലൂടെ കുമാരൻ വേഗത്തിൽ ഓടിച്ചുമറഞ്ഞു...

ബലിപീഠത്തിൽ രക്തം വാർന്നൊഴുകുന്ന ശിരസ്സുമായി അവസാന ശ്വാസം വലിക്കുന്ന സിട്രയിനിന്റെ ചുണ്ടുകൾക്കിടയിലേക്ക് നൈൽ നദീജലം അൽപാൽപമായി ഇറ്റിച്ചുകൊണ്ട് പ്രധാനപുരോഹിതൻ തന്റെ മന്ത്രോച്ചാരണം പൂർത്തിയാക്കി... ചലനം നിലച്ച അവളുടെ ശരീരത്തെ വണങ്ങിക്കൊണ്ട് അയാൾ തന്റെ മുഖത്തു നിന്നും അനുബിസ് ദേവന്റെ മുഖംമൂടി അഴിച്ചു. ഒരു പ്രാവിനെ കൊല്ലുന്നതിനേക്കാൾ എളുപ്പമായിരുന്നു അയാൾക്ക് ആ യുവതിയുടെ കൊലപാതകം. അതുകൊണ്ടു തന്നെ മറ്റു പീഢനമുറകൾ വേണ്ടിവന്നില്ല.

നിശബ്ദനായി കുടീരത്തിൽനിന്നും പുറത്തേക്കിറങ്ങി അയാൾ. ചില പുരോഹിതരും മന്ത്രജപം നിർത്തി അദ്ദേഹത്തെ അനുഗമിച്ചു...

രഥത്തിലേക്ക് കയറും മുൻപ് തിരിഞ്ഞുനിന്നു അനുചരവൃന്ദത്തോടായി അദ്ദേഹം പറഞ്ഞു...

'എല്ലാവരും കിഴക്കു വെള്ളകീറും മുൻപ് പ്രഭാതവന്ദനവും സ്നാനാദികർമ്മങ്ങളും തീർത്തു ശുദ്ധിയോടെ പ്രേതകുടീരത്തിൽ എത്തിച്ചേരേണ്ടതാണ്'...

അനന്തരം രഥത്തിൽ കയറിയ പുരോഹിതനെയും കൊണ്ട് പൂജാകുടീരത്തിനു നേരെ ആ രഥം വേഗത്തിൽ പാഞ്ഞുപോയി...

അവിടെ അദ്ദേഹത്തെയും കാത്തു അക്ഷമനായി ഫറവോ റംസീസ് പുറകിലെ മട്ടുപ്പാവിൽ ഉലാത്തുന്നുണ്ടായിരുന്നു...

അങ്ങേയറ്റത്തായി ചിന്താഭാരത്താൽ ചുളിവ് വീണ നെറ്റിത്തടവുമായി മന്ത്രിമുഖ്യനും നിശ്ശബ്ദനായി നിലകൊണ്ടു...

തന്റെ മുൻപിൽ വന്നു നിശ്ശബ്ദനായി തലകുനിച്ചു നിൽക്കുന്ന മുഖ്യ പുരോഹിതനെ അടിമുടി നോക്കി. മുണ്ഡനം ചെയ്ത തന്റെ ശിരസ്സിൽ തലോടിക്കൊണ്ട് ഫറവോ മന്ത്രിമുഖ്യനോട് കൽപിച്ചു...

'നമുക്ക് പുരോഹിതനുമായി ചില കാര്യങ്ങൾ സംസാരിക്കേണ്ടതുണ്ട്... അതുവരെ താങ്കൾ പുറത്തു കാത്തുനിൽക്കുക.'

ഫറവോയുടെ കൽപ്പന അനുസരിച്ചു മട്ടുപ്പാവിന് പുറത്തു കാത്തുനിൽക്കുമ്പോൾ വൃദ്ധനായ മന്ത്രിമുഖ്യന്റെ ഹൃദയം ആസന്നമായിക്കൊണ്ടിരിക്കുന്ന ആപത്തിനെ സൂചിപ്പിച്ചുകൊണ്ട് അതിദ്രുതം മിടിച്ചുകൊണ്ടേയിരുന്നു...

അയാൾ ആലോചനയോടെ പുറത്തേക്ക് നോക്കി നിശ്ശബ്ദനായി നിന്നു.

ആകാശം സ്വർണ്ണവർണ്ണപ്പട്ടുടുത്ത സൗന്ദര്യവതിയായ പെൺകിടാവിനെപ്പോലെ മനോഹരമായിരുന്നു. പൂജാകുടീരത്തിനു പുറത്തുള്ള വലിയ അത്തിമരത്തിലേക്ക് എവിടെനിന്നോ രണ്ടു കപോതങ്ങൾ പറന്നുവന്നു. കൊക്കുരുമ്മിയും ചിറകിട്ടടിച്ചും കുറുകുന്ന പക്ഷികളെ നോക്കി നിൽക്കേ വൃദ്ധന്റെ മനസ്സിൽ അസാധാരണമായ ഒരു ശാന്തി വന്നു നിറഞ്ഞു. എല്ലാം ശുഭമാവുമെന്നയാൾക്ക് വെറുതെ തോന്നി.

പെട്ടന്നാണ് സീൽക്കാരശബ്ദത്തോടെ കൂർത്ത ഒരമ്പ് കപോതങ്ങളിൽ ഒന്നിന്റെ കഴുത്തിലൂടെ തുളഞ്ഞു കയറിയത്. ദയനീയമായ ഒരു ശബ്ദത്തോടെ അത് വൃദ്ധന്റെ മുന്നിലൂടെ താഴേക്ക് വീണു.

ഒരു ഞെട്ടലോടെ അയാൾ താഴേക്ക് നോക്കി.. ഫറവോയുടെ അമ്പുകളിൽ മാത്രം കാണുന്ന പ്രാപ്പിടിയന്റെ തൂവൽ അമ്പിന് പിറകിൽ ഒരു മുന്നറിയിപ്പെന്നോണം ഉയർന്നുനിന്നിരുന്നു. തിരിഞ്ഞുനോക്കിയ വൃദ്ധന്റെ മുന്നിൽ മട്ടുപ്പാവിന്റെ അങ്ങേയറ്റത്തു കയ്യിലൊരു വില്ലുമായി കണ്ണിൽ ക്രൂരത നിറഞ്ഞ പുഞ്ചിരിയുമായി നിൽക്കുന്ന ഫറവോയുടെ രൂപം തെളിഞ്ഞുവന്നു.

രാജാവിന്റെ സാമർഥ്യത്തെ പുകഴ്ത്തുന്ന പുരോഹിതനെയും നോക്കിക്കൊണ്ട് ബുദ്ധിഭ്രമം ബാധിച്ചവനെപ്പോലെ വൃദ്ധൻ പകച്ചുനിന്നു.

അധ്യായം 6

കിഴക്ക് വെള്ളകീറും മുന്നേ പ്രേതസംരക്ഷണ കുടീരത്തിൽ പുരോഹിതനും പരിചാരകരും തങ്ങളുടെ കർത്തവ്യത്തിലേക്ക് കടന്നിരുന്നു. കുടീരത്തിനുള്ളിലെ രഹസ്യ അറയിലാണ് പ്രേതസംസ്കരണം നടക്കുക.

ശവശരീരത്തിനു കേടുപാടുകൾ വരുത്താതെ ആന്തരികാവയവങ്ങൾ പുറത്തെടുക്കാൻ വിദഗ്ദനായ ഒരാളും പുരോഹിതനും മാത്രമാണ് ശവങ്ങൾക്കൊപ്പം ഉള്ളിൽ ഉണ്ടാവുക. മറ്റുള്ളവർ മരണദേവനായ അനുബിസിന്റെ മന്ത്രങ്ങൾ ഉരുവിട്ടു കൊണ്ട് വിശാലമായ തളത്തിൽ ഫറവോയ്ക്കൊപ്പം പിരമിഡിനുള്ളിൽ അടക്കം ചെയ്യേണ്ട വസ്തുക്കൾ തരംതിരിച്ചു വക്കും.

ആദ്യം പ്രേതത്തെ നൈൽ നദീജലത്തിൽ കഴുകും. അതിനുശേഷം ശരീരത്തിന്റെ രണ്ടുവശങ്ങളിലും ഓരോ കീറുണ്ടാക്കിയശേഷം ഹൃദയമൊഴികെയുള്ള ആന്തരീകാവയവങ്ങൾ വിദഗ്ദമായി പുറത്തേക്ക് വലിച്ചെടുക്കും. അവ വൃത്തിയായി കഴുകി കരളും ശ്വാസകോശവും വയറും കുടലും കനോപ്പിക് ഭരണികളിൽ നിറച്ച നാട്രോൺ ലായനിയിൽ ഭദ്രമായി അടച്ചുവെച്ചതിനുശേഷം ശവത്തിന്റെ ഉൾഭാഗം മരുന്ന് ലായനിയിൽ കഴുകി നാട്രോൺ നിറക്കും.

തുടർന്ന് മൂക്കിനുള്ളിലൂടെ ഉള്ളിലേക്ക് കടത്തിയ കൊളുത്തുപയോഗിച്ചു അതിവിദഗ്ധമായി തലച്ചോർ പുറത്തേക്കെടുക്കും. പിന്നീട് മുഴുവനായും പ്രേതത്തെ നാട്രോണിൽ പൊതിഞ്ഞുവയ്ക്കുന്നതോടെ.

-നാൽപ്പതു ദിവസത്തേക്കുള്ള പ്രേതസംരക്ഷണപ്രക്രിയയ്ക്കു തുടക്കമായി.

ഇനി നാൽപ്പതു നാൾ ഈ രഹസ്യ അറയിലേക്ക് ആർക്കും പ്രവേശനമില്ല. സന്ധ്യയോടെ പുറത്തിറങ്ങിയ പുരോഹിതനും സഹായിയും അറ ഭദ്രമായി താഴിട്ടു പൂട്ടി. പ്രാർത്ഥനകളും മറ്റു പ്രവൃത്തികളും നാല്പതുദിവസവും പുറത്തെ തളത്തിൽ തുടരും.

നാല്പതുനാൾ കഴിയുമ്പോൾ പ്രേതം ജലാംശം മുഴുവൻ വറ്റിവരണ്ട് ഉണങ്ങിയ രൂപം മാത്രമാവും. തുടർന്ന് ശരീരത്തിനുള്ളിൽ ലിനൻ നിറച്ചാണ് പ്രേതത്തെ പൂർവരൂപത്തിലേക്ക് കൊണ്ടുവരിക. ഉണങ്ങിയ കൈകാലുകളിൽ പ്രത്യേക രീതിയിൽ തുണിചുറ്റി ശരീരവലിപ്പത്തിനനുസരിച്ചു നിലനിർത്തും.

മരണദേവന്റെ മന്ത്രോച്ചാരണം മുഴങ്ങുന്ന കുടീരത്തിൽ നിന്നും പുരോഹിതനും സഹായിയും സ്നാനാദികർമ്മങ്ങൾക്കായി നൈൽ നദിയിലേക്ക് ഇറങ്ങിപ്പോകുന്നതും നോക്കി ഒരു വെള്ളക്കുതിര മാത്രം ചോളത്തോട്ടത്തിനരികിലുള്ള വഴിയിൽ നിൽക്കുന്നുണ്ടായിരുന്നു.

ഫറവോറാണിയുടെ പിരമിഡിൽ നേരം ഇരുട്ടിയിട്ടും മിനുക്കുപണികൾ നടക്കുന്നുണ്ടായിരുന്നു. പുതുതായി പിരമിഡിനുള്ളിൽ പണിയുന്ന അറകൾക്കു വേണ്ടിയുള്ള ചുണ്ണാമ്പുകല്ലുകളും വഹിച്ചു നിരവധി ചങ്ങാടങ്ങൾ നദിയിലൂടെ ഒഴുകിവന്നുകൊണ്ടേയിരുന്നു.

ചങ്ങാടങ്ങൾ നങ്കൂരമിടുന്ന കോണിലായി തൊഴിലാളികളോട് സംസാരിച്ചുകൊണ്ട് ഹോറസ് പടർന്നുപന്തലിച്ച ഒരു വൃക്ഷത്തിന്റെ ചുവട്ടിൽ ചാരിനിന്നിരുന്നു... തൊഴിലാളികളുടെ നേതാവെന്ന് തോന്നിക്കുന്ന ബലിഷ്ഠനായ ഒരു യുവാവ് വിനയപൂർവം അദ്ദേഹത്തിനരികിൽ എല്ലാം കേട്ടുകൊണ്ട് പുഞ്ചിരിയോടെ നിലകൊണ്ടു.

കുളികഴിഞ്ഞു തിരിച്ചുപോകുന്ന പുരോഹിതൻ വഴിയിൽ നിൽക്കുന്ന വെള്ളക്കുതിരയെ ശ്രദ്ധിച്ചശേഷം അനുചരനോട് ആരാഞ്ഞു.

'ഇത് ഹോറസ് കുമാരന്റേതല്ലേ? അദ്ദേഹത്തിന് എന്താണ് ഇപ്പോൾ ഇവിടെ കാര്യം ?'

'പിരമിഡിന്റെ കൊത്തുപണികൾ എത്രത്തോളമായെന്ന് നോക്കുവാൻ വന്നതാവും സ്വാമി... പെറ്റമ്മയില്ലാത്ത കുമാരൻ മനസ്സ് കൊണ്ട് അമ്മയായി സ്നേഹിച്ചത് ഫറവോ രാജ്ഞിയെ ആയിരുന്നില്ലേ.?'

അനുചരന്റെ വാക്കുകൾ മുഴുവനായും വിശ്വസിക്കാനാവാതെ, ആലോചനയോടെ പുരോഹിതൻ നിഷേധാർത്ഥത്തിൽ തലയാട്ടിക്കൊണ്ടു പതുക്കെ നടന്നു നീങ്ങി..

അനുഭവജ്ഞാനത്തിന്റെ വെളിച്ചത്തിൽ , എന്തോ അപകടമാണ് വരാൻ പോകുന്നതെന്ന് ഉള്ളിലിരുന്നു അദ്ദേഹത്തിന്റെ ആറാമിന്ദ്രിയം ഓർമിപ്പിച്ചു. ഫറവോ വിചാരിക്കും പോലെ എളുപ്പമായിരിക്കില്ല മെർണീതിനെ സ്വന്തമാക്കുക, എന്ന ചിന്ത ഹോറസിനെ കാണുന്ന ഓരോ പ്രാവശ്യവും അയാളിൽ ആഴത്തിൽ വേരൂന്നിക്കൊണ്ടിരുന്നു..

രണ്ടു കുമാരന്മാരുടെയും ബാല്യവും കൗമാരവും, യൗവനവും അയാൾക്ക് പരിചിതമാണ്. ആയോധനകലകളിൽ ഹോറസ് എത്രയേറെ വിദഗ്ധനാണെന്ന് പലപ്രാവശ്യം കൊട്ടാരത്തിൽവച്ചയാൾ നേരിട്ട് കണ്ടതാണ്.അതിനാൽ ഒരു ശാരീരികബലപരീക്ഷണം ഉണ്ടായാൽ തീർച്ചയായും വിജയം ഹോറസിനു മാത്രമായിരിക്കുമെന്നത് നിസ്സംശയമുറപ്പിക്കാം.

പിന്നീടുള്ളത് ഫറവോ എന്ന അധികാരമുപയോഗിച് ഇപ്പോൾ റംസീസ് നടത്തുന്ന ചതിപ്രയോഗമാണ്. അബദ്ധവശാൽ അതിലെന്തെങ്കിലും പാകപ്പിഴ സംഭവിച്ചാൽ , അതൊരുപക്ഷെ ഒരു ഭരണമാറ്റത്തിന് തന്നെ കാരണമായേക്കാം. കാരണം മന്ത്രിമുഖ്യനൊന്ന് മനസുവച്ചാൽ ഉടയാവുന്നതേയുള്ളു ഫറവോയുടെ സിംഹാസനം. രണ്ടു രഹസ്യങ്ങളാണ് മന്ത്രിമുഖ്യന്റെ മനസ്സിലുറങ്ങുന്നത്. അത് പരസ്യമാകുന്ന നാൾ ഒരു ലഹള പൊട്ടിപ്പുറപ്പെടുമെന്നത് നിശ്ചയം.

പലവിധചിന്തകളാൽ ആകുലമാണ് മനമെങ്കിലും താനാരോടൊപ്പമാണ് നിൽക്കേണ്ടതെന്ന കാര്യത്തിൽ പുരോഹിതന് സന്ദേഹമില്ലായിരുന്നു.

എന്തെന്നാൽ ഫറവോയെ പിന്തുണച്ചാൽ തനിക്ക് ലഭിക്കുവാൻ പോകുന്ന സ്ഥാനമാനങ്ങൾ എന്തൊക്കെയാവുമെന്നു അയാൾക്ക് ഊഹിക്കാവുന്നതേയുണ്ടായിരുന്നുള്ളൂ.

അധ്യായം 7

കൊട്ടാരക്കുളത്തിന്റെ വലിയ കവാടത്തിനരികിൽ വച്ചേ മെർണീതിന് കാണാമായിരുന്നു ഹാതർ ദേവിയുടെ വലിയ സ്തൂപത്തിനരികിൽ ചിന്താഭാരത്തോടെ ഇരിക്കുന്ന ഹോറസിനെ.സ്നാനം ചെയ്യാൻ പോലും വിസ്മരിച്ചുള്ള അദ്ദേഹത്തിന്റെ ആലോചന മെർണീതിൽ ഭയാശങ്ക വർദ്ധിപ്പിച്ചു. മുട്ടൊപ്പം വെള്ളത്തിലിറങ്ങി അവൾ പതുക്കെ വെള്ളത്തിനടിയിലേക്ക് ഊളിയിട്ട് വടക്കുകിഴക്കേ അറ്റത്തുള്ള സ്തൂപത്തിനു നേർക്ക് നീങ്ങി.

ഒരു സ്വർണ്ണമത്സ്യം തനിക്ക് മുന്നിൽ ഉയർന്നുവരുന്നതായിട്ടാണ് ഹോറസിന് തോന്നിയത്. നനഞ്ഞൊട്ടിയ വസ്ത്രവുമായി സ്വർണ്ണ നിറമുള്ള ഒരു ദേവതയായി അവൾ തന്റെ പ്രിയതമന്റെ മുന്നിൽ മുട്ടുകുത്തി.

'പ്രഭോ.. അണിയറയിൽ എന്തൊക്കെയോ കരുനീക്കങ്ങൾ നടക്കുന്നുണ്ട്. മാതാവ് കൂടി ഇഹലോകവാസം വെടിഞ്ഞതോടെ തീർത്തും ഭയചകിതയാണ് ഞാൻ. ഫറവോയുടെ കണ്ണുകളിലെ പക ഓരോ നിമിഷവും എന്നിൽ അസ്വസ്ഥത ഉണർത്തുന്നു.'

തന്റെ കാൽക്കലായി, നിറമിഴികളോടെ, ജലാശയത്തിൽ വിരിഞ്ഞ സ്വർണ്ണത്താമര പോലെ ജ്വലിക്കുന്ന പ്രണയിനിയുടെ നേർക്ക് തന്റെ ബലിഷ്ഠമായ കൈകൾ നീട്ടി അദ്ദേഹം.

ഒരു പൂവിതൾ ഉയർത്തുന്ന സൗമ്യതയോടെ അവളെ ജലത്തിൽ നിന്നുയർത്തി തന്റെ നെഞ്ചിലേക്ക് ചേർത്തു പുണർന്നു അയാൾ.

ലജ്ജാവിവശയായി... തളർന്നുപോയ മെർണീതിന്റെ കാതുകളിലേക്ക് ചുണ്ടുകൾ ചേർത്തുവച്ചദ്ദേഹം പതുക്കെ മന്ത്രിച്ചു.

'പ്രിയപ്പെട്ടവളേ... ഭയപ്പെടാതിരിക്കുക. മാതാവിന്റെ എഴുപതാം പൂജാദിനം നടക്കുന്ന സ്വർഗാരോഹണ ചടങ്ങുകൾക്ക് ശേഷം നാം രണ്ടുപേരും ഈ കൊട്ടാരത്തിൽ ഉണ്ടായിരിക്കില്ല. നിന്റെ സ്വപ്നം പോലെ നമ്മെ അറിയാത്ത മറ്റൊരു നഗരത്തിലേക്കോ രാജ്യത്തിലേക്കോ നിന്നെയും കൊണ്ട് നാം യാത്രയായിരിക്കും'.

മെർണീതിന്റെ നീൾമിഴികളിലെ വിഷാദം മാറി അവിടെ പ്രണയം തിരതല്ലുന്നത് അയാളിലെ കാമുകനെ മോഹിപ്പിക്കുന്നുണ്ടായിരുന്നു.

പട്ടുപോലെ മൃദുലമായ അവളുടെ കവിളിൽ അയാൾ മൃദുവായി ചുംബിച്ചു. തന്റെ നട്ടെല്ലിനുള്ളിലൂടെ ഒരു മിന്നൽപിണർ കടന്നുപോയതുപോലെ തോന്നി മെർണീതിന്.

'ഓ..എന്റെ പ്രിയനേ...' എന്നൊരു മന്ത്രണത്തോടെ അവൾ തന്റെ പ്രിയതമന്റെ വിരിമാറിലേക്ക് ചാഞ്ഞു...തളർന്ന കൈകളുയർത്തി ഇറുകെ പുണർന്നു...

അവളുടെ നനഞ്ഞൊട്ടിയ അരക്കെട്ടിലൂടെ കൈചുറ്റി ഹോറസ് ലജ്ജയാൽ ചുവന്നുതുടുത്ത അവളുടെ ചുണ്ടുകളിലേക്ക് ദാഹിക്കുന്ന തന്റെ അധരങ്ങളെ ചേർത്തുവച്ചു... പ്രണയഭാരത്താൽ വിവശയായി...വിറയ്ക്കുന്ന അവളുടെ അധരങ്ങളെ തന്റെ ചുണ്ടുകളാൽ ദീർഘചുംബനത്തിൽ കോരിയെടുത്തയാൾ സർവ്വവും മറന്നവളെ ചുറ്റിപ്പുണർന്നു.

മട്ടുപ്പാവിന് പുറത്തുനിന്നും ഇത്രയും സമയം അവളെ വീക്ഷിച്ചുകൊണ്ടിരുന്ന രണ്ടു കണ്ണുകളിൽ പകയും ആർത്തിയും ജ്വലിച്ചു.

ഹോറസിന്റെ മാറിൽ പറ്റിച്ചേർന്നു കിടക്കുന്ന അവളുടെ, ജലത്തിലേക്കൊഴുകി കിടക്കുന്ന മുടിയും കൊത്തിവച്ച ശില്പഭംഗിയും ഉയർന്ന പിൻഭാഗവും അയാളിൽ കാമത്തിന്റെ വിസ്ഫോടനം സൃഷ്ടിച്ചു.

ലജ്ജയോടെ, തന്റെ കാമുകനിൽ നിന്നും പിടഞ്ഞെണീറ്റു ജലത്തിലേക്കൂർന്നിറങ്ങി, ഒരു സ്വർണ്ണമത്സ്യം പോലെ അവൾ നീന്തിപ്പോകുന്നത് പ്രണയാർദ്രമായ മിഴികളോടെ ഹോറസും കാമം ജ്വലിക്കുന്ന കണ്ണുകളോടെ മട്ടുപ്പാവിൽ ഫറവോയും നോക്കിനിന്നു.

'ഓർമ്മവച്ച കാലം മുതൽ നമ്മെ മോഹിപ്പിച്ച ഒന്നും നാം അനുഭവിക്കാതിരുന്നിട്ടില്ല'.

ഫറവോയുടെ മുരൾച്ച തൊട്ടു പിറകിലായി നിൽക്കുന്ന പുരോഹിതന് കേൾക്കാമായിരുന്നു. അയാൾ നിശ്ശബ്ദനായി കൈകൾ നെഞ്ചിൽ പിണച്ചുകെട്ടി ആലോചനയോടെ ഫറവോയുടെ മുഖത്തേക്ക് നോക്കി. ഈയിടെയായി അയാളാണ് ഫറവോയുടെ പ്രിയ്യപ്പെട്ട ഉപദേശകൻ. മഹാറാണിയുടെ അന്ത്യാഭിലാഷത്തിനുശേഷം മന്ത്രിമുഖ്യനിൽ നിന്നും ഫറവോ മനഃപൂർവ്വം ഒരകലം പാലിച്ചിരുന്നു.

'ഇനിയും അങ്ങനെ മാത്രമായിരിക്കും. കാരണം ഈ രാജ്യത്തിന്റെ ഫറവോയാണ് നാം... ഇത്രയും കാലം മാതാവ് അവൾക്ക് രക്ഷകയായി. ഇനി ആ ഭയമില്ല. എഴുപതാം നാളിലെ ചടങ്ങുകൾ അവസാനിക്കുന്ന രാത്രി, അവളാവണം നമ്മുടെ മണിയറ അലങ്കരിക്കേണ്ടത്'...

പുരോഹിതൻ ആലോചന തുടർന്നുകൊണ്ട് ശാന്തമായി ഫറവോയുടെ നേർക്ക് തിരിഞ്ഞു.

'ബലപ്രയോഗം വേണ്ട പ്രഭോ... അത് അങ്ങയുടെ ഫറവോപ്പട്ടത്തെ വരെ ബാധിച്ചേക്കാം. കാരണം രാജ്യത്തിന്റെ യഥാർത്ഥ അവകാശി ഹോറസ് ആണെന്നതിനു ഇനി ജീവിച്ചിരിക്കുന്ന ഒരേയൊരു സാക്ഷി മന്ത്രിമുഖ്യനാണ്. സ്വന്തം പുത്രിയുടെ ജീവിതത്തേക്കാൾ വലുതാവില്ല അയാൾക്ക് മന്ത്രിപദവി.

അതുകൊണ്ടുതന്നെ ബുദ്ധിപൂർവ്വം മാത്രം മുന്നോട്ട് നീങ്ങുക അവിടുന്ന്. ഒരു ലഹള ഉണ്ടാക്കാൻ ആ കിഴവന് നിഷ്പ്രയാസം കഴിയും.'

ആലോചനയോടെ ഫറവോ കുളത്തിലേക്ക് കണ്ണോടിച്ചു. സ്ത്രീകളുടെ കടവിൽനിന്നും അന്തപ്പുരത്തിലേക്കുള്ള ചെറിയ ഇടനാഴിക്ക് മുന്നിലായി നനഞ്ഞൊട്ടിയ വെണ്ണക്കൽവിഗ്രഹം പോലെ നിൽക്കുകയാണ് മെർണീത്. ഇടനാഴിയിലേക്ക് കടക്കും മുൻപ് പതിയെ ചെന്താമര പോലെ കോമളമായ മുഖം തിരിച്ചു തന്റെ പ്രാണേശ്വരന് നേർക്കൊരു കടാക്ഷമെറിഞ്ഞ ശേഷം അവൾ പതിയെ നടന്നുനീങ്ങി.

ഫറവോറാണിയുടെ ഭരണസമയത്തു നിർമ്മിച്ചതാണ് ആ ഭൂഗർഭവഴി. അതുവഴി അന്തപ്പുരത്തിൽനിന്നും സ്ത്രീകൾക്ക് നേരിട്ട് കുളക്കടവിലേക്ക് എത്തിച്ചേരാം. അതിനുള്ളിലേക്കോ ആ വശത്തേക്കോ പുരുഷസാമീപ്യം നിഷിദ്ധമായിരുന്നു.

ഫറവോയുടെ കണ്ണുകളിൽ കുടിലത വെട്ടിത്തിളങ്ങി..വലതു കൈ ഉയർത്തി മുണ്ഡനം ചെയ്ത തലയിൽ വിരലോടിച്ചുകൊണ്ട് അയാൾ പിറുപിറുത്തു.

'എന്താണ് വേണ്ടതെന്നു നാം തീരുമാനിച്ചിട്ടുണ്ട്. തല്ക്കാലം ചടങ്ങുകൾ ഭംഗിയായി നടക്കട്ടെ.. പിന്നീടെന്തുവേണമെന്നു നാമറിയിക്കാം. താങ്കൾ അതനുസരിച്ചാൽ മാത്രം മതി'.

ക്രൗര്യം നിറഞ്ഞ ഫറവോയുടെ മുഖത്തേക്ക് നോക്കി പുരോഹിതൻ തലകുനിച്ചു.

അങ്ങോട്ടേക്ക് കടന്നുവന്ന മന്ത്രിമുഖ്യൻ താനറിയാൻ പാടില്ലാത്ത എന്തോ ഒരു രഹസ്യം ഇവിടെ നടക്കുന്നുവെന്ന തിരിച്ചറിവിൽ ഉള്ളിലേക്ക് പ്രവേശിക്കാതെ ഫറവോ ഇറങ്ങിവരുന്നതും കാത്തു വാതിൽക്കൽ ത്തന്നെ നിന്നു... ചെയ്തുകൂട്ടിയ പാപങ്ങൾക്ക് പ്രായശ്ചിത്തമായി സ്വന്തം പുത്രിയുടെ ജീവിതമാണ് കണ്മുന്നിൽ പൊഴിയാൻ പോകുന്നതെന്നറിയാതെ ഒരു വിഡ്ഢിയെപ്പോലെ അയാൾ തന്റെ പ്രഭുവിനായി പുറത്തു കാത്തുനിന്നു.

അധ്യായം 8

'മുലകുടി മാറാത്ത ഈ കുഞ്ഞിനേയും കൊണ്ട് നീ തനിച്ചിവിടെ എങ്ങനെ ജീവിക്കാനാണ് മകനേ?'

വൃദ്ധമാതാവിന്റെ ചോദ്യം കേട്ടിട്ടും അത് തന്നോടല്ലെന്ന ഭാവത്തിൽ ആ ഒറ്റമുറിയുള്ള വീട്ടിലിരുന്ന് ജോഷ പുറത്തേക്ക് നോക്കി.

'ഫറവോ റാണിക്കൊപ്പം ദേവിയുടെ തോഴിയാവാനുള്ള ഭാഗ്യമാണ് സിദ്രയിനു ലഭിച്ചതെന്ന് നീ മറക്കാതിരിക്കൂ ...

കുഞ്ഞിനെ ഞാൻ കൊണ്ടുപൊയ്ക്കൊള്ളാം. ഇനിയെങ്കിലും നീ കൊട്ടാരത്തിലേക്ക് പോകൂ.'

ഈജിപ്തിലെ പരമ്പരാഗത രീതിയനുസരിച്ചു വീടുകളുടെ വലിപ്പം നോക്കിയാണ് ആളുകളുടെ നിലവാരം കണക്കാക്കിയിരുന്നത്.

ഒറ്റമുറി വീടുള്ളവർ അടിമവർഗ്ഗത്തിൽ പെട്ടവരായിരുന്നു. മൂന്നുമുറി വീടുള്ളവർ ഇടത്തരക്കാരും, പണക്കാരുടെ വീടുകൾക്ക് എഴുപത് മുറി വരെയും ആവാമായിരുന്നു.

അടിമവർഗങ്ങൾ കൂടുതലും രാജസേവകരായിരുന്നു. പിരമിഡ് നിർമ്മാണവും കൊട്ടാരത്തിലെ ഇതരജോലികളുമായി അവർ ഒതുങ്ങിക്കഴിഞ്ഞു. ഇടത്തരക്കാർക്കുള്ളതായിരുന്നു കച്ചവടവും,കുറച്ചുകൂടി ഉയർന്ന മറ്റു ജോലികളും. പണക്കാരെ സംബന്ധിച്ചിടത്തോളം, ജോലി ചെയ്യുക എന്നതിനേക്കാൾ ചെയ്യിപ്പിക്കുന്നതിലായിരുന്നു കൂടുതൽ സാമർഥ്യം.

അയാളുടെ മാതാവിനെ സംബന്ധിച്ചിടത്തോളം അടിമവർഗം ജീവിക്കുന്നത് തന്നെ രാജാവിന് വേണ്ടിയാണു. മരിക്കുന്നതും അങ്ങനെ തന്നെ ആവുന്നതാണ് ഏറ്റവും വലിയ പുണ്യം. അതുകൊണ്ട് തന്നെ പാതിമെയ്യായിരുന്നവൾ പെട്ടന്നൊരുനാൾ കണ്മുന്നിൽ വധിക്കപ്പെട്ടതിന്റെ അഗാധദുഃഖവും പേറി അലഞ്ഞുതിരിയുന്ന മകന്റെ ഉള്ളമവർക്ക് മനസ്സിലാകുന്നുണ്ടായിരുന്നില്ല.

അയാളുടെ മനസ്സിൽ മാത്രം അവൾ തെളിഞ്ഞു നിന്നു. ഹാതർ ദേ

വിയുടെ പ്രാർത്ഥനാമന്ദിരത്തിൽ വച്ച് ഫറവോ രാജ്ഞിയുടെ പുറകിൽ താലവുമേന്തി നടന്നുവരുന്ന തോഴിമാർക്കിടയിൽ നിന്ന് തന്നിലേക്ക് നീണ്ട ആ മനോഹരമിഴിയിണയിൽ കണ്ണുകൾ ഉടക്കിയതുമുതൽ. ദിവസങ്ങൾക്ക് മുൻപ് പ്രാണഭീതിയിൽ പിടഞ്ഞ ആ കണ്ണുകളിലെ വേദന വരെ അയാളുടെ നെഞ്ചിനെ പൊള്ളിച്ചു.

സിട്രയിനിന്റെ മരണശേഷം അയാൾ കൊട്ടാരത്തിൽ വേലയ്ക്ക് പോയില്ല.അതുകൊണ്ടുതന്നെ അയാളുടെ വൃദ്ധമാതാവ് ഭയചകിതയായിരുന്നു.

കാരണം, പുതിയ ഫറവോ എത്രയേറെ ക്രൂരനാണെന്ന് അവർക്കറിയാമായിരുന്നു. ബലിഷ്ഠമായ കൈകാലുകളും വിരിഞ്ഞ നെഞ്ചും ഉറച്ച പേശികളുമുള്ള ആ ചെറുപ്പക്കാരൻ ഫറവോയുടെ അംഗരക്ഷകരിലൊരാളായിട്ടാണ് കൊട്ടാരത്തിൽ ജോലി ചെയ്തിരുന്നത്.

പുറത്തുനിന്നുള്ള കുതിരക്കുളമ്പടി ശബ്ദം അയാളെ ചിന്തയിൽ നിന്നുണർത്തി. തന്റെ വെള്ളക്കുതിരയുമായി ഹോറസ് കുമാരൻ അങ്ങോട്ടേക്ക് വരുന്നത് കണ്ട അയാൾ തിടുക്കത്തിൽ കുതിരയ്ക്കരികിലേക്ക് നടന്നു.

ഇരുൾ വീണ തെരുവീഥിയിൽ അങ്ങിങ്ങായി അലഞ്ഞുതിരിയുന്ന ചാവാലിക്കഴുതകൾ മാത്രമേ ഉണ്ടായിരുന്നുള്ളൂ. ഫറവോ റാണിയുടെ മരണത്തിന്റെ ദുഃഖാചരണം തീർന്നിട്ടില്ലാത്തതിനാൽ കടകമ്പോളങ്ങൾ അടഞ്ഞുതന്നെ കിടന്നിരുന്നു. കുമാരന്റെ ആജ്ഞയെ ശിരസാവഹിക്കാൻ തയ്യാറായി അയാൾ ഹോറസിനരികിൽ തലകുനിച്ചു നിന്നു.നേർക്കുനേരെ നിൽക്കുമ്പോൾ രാജകുമാരനോളം തന്നെ ഉയരമുണ്ടായിരുന്നു അയാൾക്കും.

'മിത്രമേ..താങ്കളുടെ സഹായം അഭ്യർത്ഥിക്കുവാനാണ് നാമിവിടെ ഈ അസമയത്തു രഹസ്യമായി എത്തിച്ചേർന്നിരിക്കുന്നത്. താങ്കൾക്ക് വിസമ്മതമില്ലെങ്കിൽ നാമത് പറയുവാൻ ആഗ്രഹിക്കുന്നു.'

'തീർച്ചയായും പ്രഭോ...'

ഇരുട്ടിലും തിളങ്ങുന്ന അയാളുടെ കണ്ണുകളിൽ തന്റെ ജീവൻ പോലും കുമാരനായി നൽകാനുള്ള സന്നദ്ധത ജ്വലിച്ചുനിന്നു. കാരണം കഴിഞ്ഞ കുറച്ചുദിവസങ്ങൾ കൊണ്ടയാൾ തന്റെ ഫറവോയെക്കാൾ ഹോറസിനെ സ്നേഹിച്ചു പോയിരുന്നു.

ഹാതർ ദേവിയുടെ പ്രാർത്ഥനാമന്ദിരത്തിലായിരുന്നു മെർണീത്. ഫറവോ ഹാഷെപ്സുറ്റ് മഹാറാണിയുടെ സ്വർഗ്ഗയാത്രയ്ക്കായി കൊട്ടാരത്തിലെ മുഴുവൻ സ്ത്രീജനങ്ങളും ആ പ്രാർത്ഥനാമന്ദിരത്തിൽ ശിരോ

വസ്ത്രം കൊണ്ട് തലമറച്ചു പ്രാർത്ഥനാമന്ത്രങ്ങൾ ഉരുവിട്ടുകൊണ്ടേയിരുന്നു.

ക്ഷേത്രപ്രവേശനം ഉയർന്ന വിഭാഗത്തിൽ പെട്ടവർക്കുള്ളതായിരുന്നെങ്കിലും, മരണാനന്തരപ്രാർത്ഥനയിൽ എല്ലാവിഭാഗക്കാരും പങ്കെടുത്തിരുന്നു. അതുകൊണ്ടുതന്നെ ഒരോ ഫറവോയും അവരുടെ ഭരണകാലത്തു പ്രാർത്ഥനാമന്ദിരങ്ങൾ ധാരാളമായി പണികഴിപ്പിച്ചിരുന്നു.

മെർണീത് മിഴികളുയർത്തി ദേവീരൂപത്തെ നോക്കുന്നുണ്ടായിരുന്നുവെങ്കിലും അവളുടെ ചിന്തകൾ എവിടെയോ പാറിപ്പറന്നുകൊണ്ടിരുന്നു.

ആസന്നമായ ഏതോ വിപത്തു തനിക്കായി കാത്തിരിക്കുന്നുവെന്നു അവളുടെ ഹൃദയം അവളോട് മന്ത്രിച്ചുകൊണ്ടിരുന്നു

താഴെ അനുബിസ് ദേവന്റെ പ്രാർത്ഥനാ കുടീരത്തിൽ നിന്നുള്ള പ്രാർത്ഥനാശകലങ്ങൾ അവളുടെ ചെവിയിലും അലയടിച്ചെത്തി.

താഴെ പ്രാർത്ഥനയ്ക്ക് നേതൃത്വം നൽകുന്ന ശബ്ദം തന്റെ പ്രിയന്റേതാണെന്ന് പുളകത്തോടെ അവൾ തിരിച്ചറിഞ്ഞു. ഒറ്റനിമിഷം കൊണ്ട് വിടർന്ന താമരപ്പൂ പോലെ അവളുടെ മുഖം പ്രസന്നമായി.

പ്രണയത്തിന്റെ മാസ്മരിക ശക്തി നിമിഷങ്ങൾക്കുള്ളിൽ ഒരു കുളിർവാഹിനി പോലെ ഉറവപൊട്ടിയുണർന്നു കഴിഞ്ഞിരുന്നു.

ഓരോ നിമിഷവും അത് ആനന്ദപുളകിതമായി നിറഞ്ഞുപതഞ്ഞുയർന്നൊഴുകി അവനിലേക്ക് ലയിച്ചുചേരാൻ വെമ്പൽകൊണ്ടു.

പ്രാർത്ഥനയ്ക്ക് ശേഷം പുറത്തിറങ്ങിയ മെർണീത്, പടവുകൾ കയറിവരുന്ന ഹോറസിന്റെ കൂടെ ഫറവോ റംസീസും മന്ത്രിയായ തന്റെ പിതാവും മറ്റുയർന്ന ഉദ്യോഗസ്ഥരും ഉണ്ടെന്നു കണ്ടതോടെ നിശ്ശബ്ദയായി അന്തപുരത്തിനു നേർക്ക് തിരിഞ്ഞുനടന്നു.

പ്രാണപ്രിയനെ ഒരുനോക്ക് കാണുവാനെങ്കിലും കഴിഞ്ഞതിന്റെ ആശ്വാസം അവളുടെ നീൾമിഴിയിൽ തിരതല്ലുന്നുണ്ടായിരുന്നു...

അത് ശ്രദ്ധിച്ചുകൊണ്ട് നടന്നുകയറിവന്ന ഫറവോയിൽ ഒരു പുച്ഛച്ചിരി ഉദിച്ചുനിന്നു.

അധ്യായം 9

ദിനങ്ങൾ ഇഴഞ്ഞു നീങ്ങിക്കൊണ്ടേയിരുന്നു. ജനങ്ങൾ ഫറവോറാണിയുടെ മരണവുമായി പൊരുത്തപ്പെടുകയും ദൈനംദിനജീവിതത്തിലേക്ക് മടങ്ങിപോകുകയും ചെയ്തു. ഇനി നാൽപ്പതാം നാൾ മുതൽ രാജ്യമെങ്ങും ആഘോഷങ്ങൾ തുടങ്ങും. എഴുപതാം നാൾ ഫറവോറാണിയുടെ പിരമിഡിനുള്ളിലേക്കുള്ള അന്ത്യയാത്ര വരെ നീണ്ടുനിൽക്കും ആഘോഷങ്ങൾ.

മെർണീത് മന്ത്രിമന്ദിരത്തിൽ തന്നെ ഒതുങ്ങിക്കഴിഞ്ഞു. അവളെ സംബന്ധിച്ചിടത്തോളം ഇനി കൊട്ടാരത്തിൽ അവശേഷിക്കുന്ന ഒരേയൊരു ബന്ധം ഹോറസുമായുള്ളതാണ്. ഫറവോയുടെ ക്രൂരസ്വഭാവം ശരിക്കറിയുന്നതിനാൽ അവൾ കൊട്ടാരത്തിലേക്ക് പോകാനുള്ള സന്ദർഭങ്ങൾ പരമാവധി ഒഴിവാക്കികൊണ്ടിരുന്നു.ഹോറസിന് കൊട്ടാരത്തിൽ യാതൊരുവിധ അധികാരങ്ങളും ഫറവോ അനുവദിക്കില്ലെന്ന് മാത്രമല്ല, സ്വന്തം സഹോദരനാണെന്ന പരിഗണന പോലും നൽകില്ലെന്ന് മറ്റാരേക്കാളും അവൾ മനസ്സിലാക്കിയതാണ്.

സ്വന്തം മാതാവിന്റെ മരണത്തിനു പിന്നിലും അയാളുടെ കരങ്ങളാവുമെന്നു അവൾക്ക് ഊഹിക്കാൻ കഴിയുമായിരുന്നു.

കൊട്ടാരത്തിൽ പുതിയ ഫറവോ റംസീസും തിരക്കിലായിരുന്നു.

ഭരണം ഏറ്റെടുത്തു നാളുകൾ കഴിഞ്ഞെങ്കിലും മാതാവിന്റെ സാമീപ്യം എപ്പോളും അയാളെ അസ്വസ്ഥനാക്കിയിരുന്നതിനാൽ സ്വതന്ത്രമായുള്ള ഒരാശയവും അയാൾ നടപ്പിൽ വരുത്തിയിരുന്നില്ല.

അമ്മ റാണിയുടെ മരണത്തോടെ തനിക്ക് കൂടുതൽ സ്വാതന്ത്ര്യവും സമാധാനവും കൈവന്നതായി അയാൾക്ക് അനുഭവപ്പെട്ടു.

അതിന്റെ ആദ്യപടിയായി അയാൾ മന്ത്രിയോട് ആജ്ഞാപിച്ചത് ഹൈറോഗ്ലിഫിക്ക് ലിപികളിൽ നാടെങ്ങും കൊത്തിവക്കപ്പെട്ട, ഫറവോറാണി ഹാഷെപ്സുറ്റിന്റെ ഭരണത്തെ പ്രകീർത്തിച്ചുകൊണ്ടുള്ള വചനങ്ങളും രാജ്ഞിയുടെ പ്രതിമകളും നശിപ്പിക്കുക എന്നതായിരുന്നു.

റാണിയുടെ വലംകൈ ആയിരുന്നതിനാൽ തന്നെ മന്ത്രിമുഖ്യൻ 'ആയ്' ആകെ ധർമ്മസങ്കടത്തിലായി. അയാളുടെ മനസ്സിൽ മഹാറാണിയേക്കാൾ വലുതായിരുന്നില്ല ആരും.

അതുകൊണ്ടുതന്നെ തനിക്ക് കഴിയുംവിധം രാജാവിനെ പിന്തിരിപ്പിക്കാൻ അയാൾ അദ്ദേഹത്തെ സമീപിച്ചു.

'ഒന്നുകൂടി ആലോചിക്കൂ പ്രഭോ...'

ഫറവോറാണിക്ക് ജനങ്ങളിൽ ഉണ്ടായിരുന്ന സ്വാധീനം അങ്ങേയ്ക്കും അറിയുന്നതല്ലേ? ഇത്രപെട്ടെന്ന് അവരുടെ ഓർമ്മകൾ തുടച്ചുനീക്കപ്പെടുന്നത് ജനങ്ങൾ അംഗീകരിക്കില്ല.'

ഫറവോയുടെ മുഖം ചുവന്നു. മന്ത്രിയുടെ നേരെ തിരിഞ്ഞുകൊണ്ട് അയാൾ ആക്രോശിച്ചു .

'കല്പന നടപ്പിലാക്കാൻ ബുദ്ധിമുട്ടുണ്ടെങ്കിൽ മന്ത്രിമുഖ്യന്റെ സ്ഥാനം അലങ്കരിക്കാൻ മറ്റൊരാളെ തിരഞ്ഞെടുക്കേണ്ടിവരുമെന്നത് മറക്കാതിരിക്കുക.'

നിശ്ശബ്ദനായി തലകുനിച്ചു പുറത്തേക്ക് നടന്നു പോകുന്ന മന്ത്രിയെ നോക്കി ക്രൂരമായി ഒന്ന് പുഞ്ചിരിച്ചുകൊണ്ട് അയാൾ സിംഹാസനത്തിൽ ഒന്നുകൂടി അമർന്നിരുന്നു.

കൊട്ടാരവളപ്പിൽ , സൈന്യാധിപനു നിർദേശം നൽകികൊണ്ട് നിന്ന മന്ത്രിക്ക് മുന്നിൽ വന്നു നിന്ന രഥത്തിൽ നിന്നും മുഖ്യപുരോഹിതൻ പുറത്തിറങ്ങി.

തന്നെ തീർത്തും അവഗണിച്ചുകൊണ്ട് കൊട്ടാരത്തിലേക്ക് കയറിപ്പോകുന്ന പുരോഹിതനെ അദ്ദേഹവും ശ്രദ്ധിച്ചു.

'ഫറവോ റാണിയുടെ സംസ്കരണ ചടങ്ങുകളുടെ അന്തിമതീരുമാനം ഇനിയും ആയിട്ടില്ല പ്രഭോ. അവിടുന്ന് പ്രേതസംരക്ഷണ കുടീരത്തിലേക്ക് സമയംപോലെ വന്നെത്തിയാലും.

സ്വന്തം മാതാവിന്റെ ചടങ്ങാണെന്നു അവിടുന്ന് മറന്നുവോ ? ഇങ്ങനെ അവഗണിച്ചാൽ പ്രജകളുടെ മനസ്സിലെ സംശയത്തിന് ആക്കം കൂടുകയേയുള്ളു'.

ഫറവോയുടെ മുഖം വിളറി. എത്രയൊക്കെ അടിച്ചമർത്തുമ്പോളും

ഹോറസിന്റെ നേതൃത്വത്തിൽ ഒരു ലഹള ഏതുനിമിഷവും ഉണ്ടായേക്കാമെന്ന് അയാൾ ഭയപ്പെട്ടിരുന്നു. അമ്മ മഹാറാണിയുടെ മരണത്തിനുപിന്നിൽ തന്റെ കൈകളാണെന്നുള്ളത് പരസ്യമായ രഹസ്യമാണ്. മന്ത്രിമുഖ്യന്റെ സഹായത്തോടെയാണ് മഹാറാണിക്ക് വിഷം കലർത്തിയ ഭക്ഷണം നൽകിയതെന്ന് കൊട്ടാരത്തിൽ രഹസ്യസംസാര

മുണ്ടെന്നു ചാരന്മാർ അയാളെ ധരിപ്പിച്ചിരുന്നു.

'ഇപ്പോൾത്തന്നെ പുറപ്പെടാം നമുക്ക്.'

രഥത്തിലേറിയ തന്നോടൊപ്പം പുറപ്പെടാനാഞ്ഞ മന്ത്രിമുഖ്യനെ ഒരുനോട്ടം കൊണ്ട് പിന്തിരിപ്പിച്ചശേഷം ഫറവോ പുരോഹിതനോട് തന്നെ പിന്തുടരാൻ സൂചന നൽകി അതിവേഗം ഓടിച്ചുപോയി.

പ്രേതസംരക്ഷണകുടീരവും ചുറ്റുപാടും അതീവനിശ്ശബ്ദമായിരുന്നു. കുടീരത്തിനുള്ളിൽ പുറത്തെ തളത്തിൽ പുരോഹിതർ ജപം തുടർന്നുകൊണ്ടേയിരുന്നു.

അടച്ചിട്ട മുറിക്കു മുന്നിൽ സജ്ജീകരിച്ച ഇരിപ്പിടത്തിൽ ഫറവോ ആസനസ്ഥനായി.

'മാതാവ് കരുതിവച്ച ആഭരണങ്ങൾക്കു പുറമെ രണ്ടു കുതിരകൾക്കെടുക്കാവുന്ന സ്വർണ്ണവും വജ്രവും മറ്റലങ്കാരവസ്തുക്കളും, കുട്ടക്കണക്കിനു വെള്ളിയും മറ്റു വകകളും അതിനോടൊപ്പം തന്നെ എല്ലാ അനുബന്ധസാമഗ്രികളും കൊട്ടാരത്തിൽനിന്നും ദിവസവും ഇങ്ങോട്ടേക്കയക്കുന്നുണ്ട്. അതെല്ലാം ശേഖരിച്ചു കൃത്യമായി തരംതിരിച്ചു കഴിഞ്ഞുവോ താങ്കളുടെ ശിഷ്യർ ?'

'തീർച്ചയായും പ്രഭോ.. ഇനി ആവശ്യമുള്ള സാധനങ്ങളുടെ പട്ടിക കൂടി തയ്യാറാക്കിയിട്ടുണ്ട്. അതിന്റെ കൂടെ നാല്പതാം നാളിലെ 'ശീല ചുറ്റലി'നുള്ള മുഹൂർത്തവും കാണേണ്ടതുണ്ട്. മറ്റു പുരോഹിതർ കൂടി ഇപ്പോൾ ഇവിടെ എത്തിച്ചേരും. അന്തിമതീരുമാനങ്ങൾ അങ്ങയുടെ സാന്നിധ്യത്തിൽ തന്നെയാവട്ടെ എന്ന് കരുതി'.

നാല്പതാംനാൾ തുടങ്ങുന്ന ശീലചുറ്റൽ രണ്ടാഴ്ചയോളം നീണ്ടു നിൽക്കും.

തുടർന്ന് പ്രേതത്തിന്റെ കൈകളിൽ അനുബിസ് ദേവന്റെ പ്രാർത്ഥന എഴുതിയ പാപ്പിറസ് ചുരുളുകൾ പിടിപ്പിച്ചുകഴിഞ്ഞാൽ പിന്നീട് അലങ്കാരപ്പണികളാണ്. സ്വർണ്ണവും മുത്തും വജ്രവും കൊണ്ട് ശരീരമാകെ അലങ്കരിച്ചശേഷം മുഖം അനുബിസ് ദേവന്റെ സ്വർണ്ണത്തിൽ തീർത്ത മുഖം മൂടി കൊണ്ട് മൂടുന്നതോടെ ചടങ്ങുകൾ പൂർത്തിയാവും. പിന്നീട് ഉറപ്പുള്ള സ്വർണ്ണത്തിൽ പൊതിഞ്ഞ ശവപ്പെട്ടിയിൽ കിടത്തി ആഘോഷങ്ങൾക്കിടയിലൂടെ പിരമിഡിനുള്ളിലേക്ക്.

ഫറവോയ്ക്ക് മരണാനന്തരലോകത്തു ആവശ്യമുള്ള എല്ലാവസ്തുക്കളും പിരമിഡിനുള്ളിൽ അടക്കം ചെയ്യപ്പെടും. വളർത്തുമൃഗങ്ങളും,തോഴിമാരും, ഭടന്മാരും ഉൾപ്പെടെ ഒരു ലോകം തന്നെ ഫറവോയ്ക്കായി പിരമിഡിനുള്ളിൽ ഒടുങ്ങും...

മനുഷ്യർക്ക് പകരം കൂടുതലും മരപ്രതിമകളാണ് പിരമിഡിൽ അടക്കിയിരുന്നത്. എങ്കിലും ആത്മാവ് ആവശ്യപ്പെട്ടാൽ ഏറ്റവും പ്രിയപ്പെട്ടവരെ ബലി ആയി നൽകിയിരുന്നു...

ഏറ്റവും വിശിഷ്ടരെന്നു പേരുകേട്ട ഭരണാധികൾ മരണപ്പെട്ടാൽ 'പായ് വഞ്ചി'വരെ പരലോകജീവിതത്തിലേക്കായി നൽകിയിരുന്നു. അപൂർവ്വം ഫറവോകൾക്ക് മാത്രമേ അങ്ങനെ ഒരു ഭാഗ്യം ലഭിച്ചിരുന്നുള്ളൂ.

അധ്യായം 10

റാണിയുടെ മരണശേഷം നടക്കുന്ന ആദ്യത്തെ 'സഭ' ആയിരുന്നു അന്ന്. ഫറവോ തന്റെ സിംഹാസനത്തിലേക്ക് എഴുന്നള്ളുന്നതും കാത്തു മന്ത്രിയും മറ്റു ഉദ്യോഗസ്ഥവൃന്ദവും അക്ഷമരായി കാത്തിരുന്നു. പതിവിനു വിപരീതമായി ഹോറസ് രാജകുമാരനും അന്ന് സഭയിൽ സന്നിഹിതനായിരുന്നു.

തുത്മോസിസ് രണ്ടാമന്റെ സീമന്തപുത്രൻ എന്ന പരിഗണന അവസാനകാലങ്ങളിൽ ഫറവോ റാണി ഹോറസിന് നൽകിയിരുന്നു. മന്ത്രിയുടെ തൊട്ടടുത്തായി അദ്ദേഹത്തിനുള്ള ഇരിപ്പിടവും സജ്ജീകരിച്ചിരുന്നു. എങ്കിലും പതിവായി ഒരിക്കലും അദ്ദേഹം സഭയിൽ ഹാജരായിരുന്നില്ല.

താഴെക്കിടയിലുള്ള ജനങ്ങളുടെ പ്രശ്നങ്ങൾ അവതരിപ്പിക്കേണ്ട ദിവസങ്ങളിൽ മാത്രമാണ് ഹോറസ് സഭയിൽ വന്നിരുന്നത്.

സഭയിലേക്ക് കടന്നുവന്ന ഫറവോയുടെ മുഖം ഹോറസിനെ കണ്ടതോടെ കൂടുതൽ ഇരുണ്ടു.

സിംഹാസനത്തിൽ ഉപവിഷ്ടനായ അദ്ദേഹം കാര്യപരിപാടികൾ ആരംഭിക്കുവാനുള്ള ഉത്തരവ് നൽകിയതോടെ സഭയ്ക്ക് തുടക്കമായി. ഫറവോ പ്രതീക്ഷിച്ചതുപോലെ ഹോറസ് തന്നെയാണ് ആദ്യമെഴുന്നേറ്റത്.

'മരണം നടന്നു നാല്പതു നാൾ തികയും മുൻപേ മാതാവിന്റെ പേര് ഫലകങ്ങളിൽ നിന്നും എന്തിന് വേണ്ടിയാണ് നീക്കം ചെയ്തതെന്ന് അറിയാനുള്ള അവകാശം ഓരോ പ്രജയ്ക്കുമുണ്ട്.അതുകൊണ്ട് അങ്ങ് അതിനെപ്പറ്റി വിശദീകരിച്ചാലും.'

ഫറവോയുടെ മുഖത്തു കടുത്ത വെറുപ്പ് പ്രകടമായി.

'നാം ഈജിപ്തിന്റെ നാഥനാവുന്നു. അതാണ് അതിനുള്ള ഉത്തരവും. എന്റെ രാജ്യത്തു എന്തൊക്കെ നടക്കണം എന്നത് എന്റെ തീരുമാനങ്ങളാണ്...'

'അത് ശരിയല്ല പ്രഭോ. ഫറവോ റാണി വെറുമൊരു സാധാരണ ഭരണാധികാരിയായിരുന്നില്ല.,രാജ്യം ഇന്നനുഭവിക്കുന്ന സമൃദ്ധിയും സമത്വവും റാണിയുടെ ഭരണമികവ് കൊണ്ടുതന്നെയാണ്.'

സൈന്യാധിപന്റേതായിരുന്നു ആ വാക്കുകൾ. താൻ വിചാരിച്ചതുപോലെയല്ല കാര്യങ്ങൾ നീങ്ങുന്നതെന്ന് ഫറവോയ്ക്ക് ബോധ്യപ്പെട്ടു തുടങ്ങി. സാധാരണ ഇതുപോലുള്ള അവസരങ്ങളിൽ തന്നെ പിന്തുണയ്ക്കാറുള്ള മന്ത്രിമുഖ്യന്റെ നിശ്ശബ്ദതയും അയാളെ സംശയചിത്തനാക്കി.

'ഫറവോറാണിയുടെ ഭരണത്തെക്കാൾ എല്ലാംകൊണ്ടും മികച്ച ഭരണം കാഴ്ചവക്കുവാനുള്ള തയ്യാറെടുപ്പിലാണ് നാം.

ആ പഴയ വചനങ്ങൾ നമുക്കിനി അനാവശ്യമാണെന്ന ഉത്തമബോധ്യത്തോടെയാണ് എത്രയും പെട്ടന്ന് അവ നീക്കം ചെയ്യുവാൻ നാം ആജ്ഞാപിച്ചത്'.

'ഫറവോറാണി അങ്ങയുടെ മാതാവ് കൂടിയായിരുന്നു... അതങ്ങു വിസ്മരിച്ചുവോ? അതോ മറ്റൊരു മാതാവിനെയും ബഹുമാനപ്പെട്ട ഫറവോ സ്വീകരിക്കുമോ?'

ഇരച്ചുവരുന്ന കോപത്തോടെ മുഖം തിരിച്ച ഫറവോയുടെ മുന്നിൽ

ചാട്ടുളി പോലുള്ള ചോദ്യവുമായി തലയുയർത്തിപ്പിടിച്ചുകൊണ്ട് ഹോറസ് കുമാരൻ അക്ഷോഭ്യനായി നിന്നു. ആ കണ്ണുകളിലെ കത്തുന്ന കോപം ഫറവോ റംസീസിനുള്ളിൽ ആശങ്കയുണർത്തി. അദ്ദേഹം പൊടുന്നനെ മന്ത്രിമുഖ്യന് നേർക്ക് തിരിഞ്ഞു.

"മാതാവിന്റെ 'ശീലചുറ്റൽ' ചടങ്ങിനുവേണ്ട ഒരുക്കങ്ങൾക്കുള്ള നിർദേശം നൽകാൻവേണ്ടി മാത്രമാണ് ഇന്നത്തെ സഭ. ആദ്യം അത് ഭംഗിയാവട്ടെ മന്ത്രിമുഖ്യാ."

സഭ ഇടയ്ക്ക് വച്ചു നിർത്തി വിശ്രമമന്ദിരത്തിലേക്ക് മടങ്ങിയ ഫറവോയുടെ മനസ്സിൽ ഹോറസിന്റെ സംസാരവും തലയെടുപ്പും അനല്പമായ വെറുപ്പും പകയും സൃഷ്ടിച്ചു.

"മന്ത്രിമുഖ്യനെ അങ്ങയുടെ കൂടെത്തന്നെ നിർത്തണം പ്രഭോ... അയാൾ അകന്നുപോകുന്നത് അങ്ങ് ശ്രദ്ധിച്ചില്ലേ?"

പിറകിൽ നിന്നും പുരോഹിതന്റെ വാക്കുകൾ ശ്രവിച്ച ഫറവോ തീർത്തും അസ്വസ്ഥനായിരുന്നു. അതുതന്നെയാണ് അയാളും ചിന്തിച്ചുകൊണ്ടിരുന്നത്. തന്റെ സിംഹാസനത്തിനു പിന്നിലെ ചതിയുടെ കഥ അറിയാവുന്ന ഒരേയൊരാൾ മന്ത്രിയാണ്. അത് പുറത്തുപോയാൽ തീർച്ചയായും ജനങ്ങളിൽ തന്നോടുള്ള വെറുപ്പ് വർദ്ധിക്കും. ആ സമയം ബു

ദ്ധിപൂർവ്വം കരുക്കൾ നീക്കിയാൽ ഒരു ലഹളയിലൂടെ ഹോറസിന് തന്നെ കീഴ്പ്പെടുത്തി അധികാരം കൈയടക്കാവുന്നതേയുള്ളു.

അതിനൊന്നും ഇടവരാതിരിക്കാൻ മന്ത്രിയെ തന്റെ വശത്തുതന്നെ നിർത്തേണ്ടത് അത്യാവശ്യമാണ്.

അയാളുടെ മനസ്സിൽ ഒരായിരം ആലോചനകൾ ഉയർന്നുവന്നു. മുണ്ഡനം ചെയ്ത ശിരസ്സിൽ വിരലോടിച്ചുകൊണ്ടയാൾ ഒന്ന് പുഞ്ചിരിച്ചു.

* * * * *

വിശ്രമമന്ദിരത്തിന്റെ വാതിൽകടന്നെത്തിയ മന്ത്രി ഫറവോയുടെ മുഖത്തെ പുഞ്ചിരി കണ്ട് അമ്പരന്നു നിന്നു.

“കടന്നുവരൂ മന്ത്രിമുഖ്യ... തീർത്തും അത്യാവശ്യമല്ലെന്നു കരുതി നാം മാറ്റിവച്ച ഒരാവശ്യമാണ് ഇപ്പോൾ താങ്കളോട് പറയുവാൻ പോകുന്നത്. അത് മറ്റൊന്നുമല്ല. താങ്കളുടെ പുത്രി മെർണീതിനെ വിവാഹം ചെയ്യാൻ നാം ആഗ്രഹിക്കുന്നു. അതുവഴി നമുക്കിടയിലുള്ള ബന്ധം ഒന്നുകൂടി ഊഷ്മളമാവട്ടെ. താങ്കളുടെ സമ്മതം ലഭിച്ചാൽ ഉടൻതന്നെ അതിനുള്ള ഒരുക്കങ്ങൾ ആരംഭിക്കാം. മാതാവിന്റെ സംസ്കരണച്ചടങ്ങിനു ശേഷമുള്ള മുഹൂർത്തത്തിൽ അത് സംഭവിക്കട്ടെ.”

മന്ത്രിമുഖ്യൻ ഒരക്ഷരം ഉരിയാടാതെ, നിശ്ശബ്ദനായി തലകുനിച്ചുനിന്നു. ഫറവോയുടെ കുടിലബുദ്ധി അയാൾക്ക് മനസ്സിലാവുന്നുണ്ടായിരുന്നു. തന്റെ മകളെ വെപ്പാട്ടിയാക്കുന്നതിലൂടെ തന്റെ വായടപ്പിക്കുന്ന കർമം കൂടി ചെയ്യാനാണ് ഫറവോയുടെ ബുദ്ധിയെന്ന് ഇത്രയും കാലത്തെ ഫറവോയുമായുള്ള സഹവാസം കൊണ്ട് അയാളൂഹിച്ചു.

“ക്ഷമിക്കണം പ്രഭോ..ഫറവോ റാണിയുടെ അന്തിമാഭിലാഷം തന്നെയാണ് എന്റെ മകളുടെയും തീരുമാനം. അവൾക്ക് താല്പര്യമില്ലാത്ത വിവാഹത്തിന് നിർബന്ധിക്കാനും എനിക്ക് കഴിയില്ല.”

തല ഉയർത്താതെ നിൽക്കുന്ന മന്ത്രിയെ നോക്കി ഫറവോ മന്ത്രിച്ചു.

“ഇതിന്റെ പരിണിതഫലം മനസ്സിലാക്കിയാണ് താങ്കൾ സംസാരിച്ചതെങ്കിൽ, താങ്കൾക്ക് പോകാം മന്ത്രിമുഖ്യ.”

തലകുനിച്ചുകൊണ്ട് അറ വിട്ടിറങ്ങുന്ന വൃദ്ധനായ മന്ത്രിയെ നോക്കിയിരുന്ന ഫറവോയുടെ കണ്ണുകളിൽ പകയും അമർഷവും ജ്വലിച്ചുനിന്നു.

“മെർണീത്... അവളെ ലഭിച്ചാൽ തീരാവുന്ന പ്രശ്നമേയുള്ളു പ്രഭോ അങ്ങേയ്ക്ക്... അതോടെ മന്ത്രി നമ്മുടെ കൂടെയാകും. അപമാനവും ദുഃഖവും കാരണം ഹോറസ് സഭയിലേക്ക് കയറാതിരിക്കുന്നതോടെ അങ്ങയുടെ സിംഹാസനം ഭദ്രമായിരിക്കും.”

പുരോഹിതന്റെ വാക്കുകൾ ശരിവച്ചുകൊണ്ട് ഫറവോ ചിന്താകുല നായി നിശ്ശബ്ദനായി ഇരുന്നു. കുറച്ചു സമയത്തിനു ശേഷം പുരോഹിത നോട് കല്പിച്ചു.

"എത്രയും വേഗം മെർണീതിനെ ഇവിടേക്ക് കൊണ്ടുവരിക. ആരുമ റിയാതെ വേണം., മൃദുവായ സമീപനം മതിയെന്ന നിർദ്ദേശത്തോടെ വിശ്വസ്തരായവരെ മാത്രം അയക്കുക."

ആജ്ഞ നിറവേറ്റാൻ വേണ്ടി പുറത്തേക്കിറങ്ങുന്ന പുരോഹിതനെ യും നോക്കി മുണ്ഡനം ചെയ്ത തന്റെ ശിരസ്സിൽ വിരലോടിച്ചുകൊണ്ട് ഫറവോ ആലോചനയോടെ വിദൂരതയിലേക്ക് നോക്കിയിരുന്നു..

അധ്യായം 11

ഫറവോയുടെ സ്വകാര്യമുറിയിലേക്കായിരുന്നു മെർണീത് ആനയിക്കപ്പെട്ടത്. കൊട്ടാരത്തിനുള്ളിൽ കൂടിയല്ലാതെ പുറത്തെ മതിൽകെട്ടിനരികിൽ നിന്ന് ഭൂമിക്കടിയിലൂടെ ആ അറയിൽ എത്തുംവരെ തനിക്ക് എന്താണ് സംഭവിക്കുന്നതെന്ന് അവൾക്ക് മനസ്സിലായില്ല.അങ്ങനെ ഒരു ഭൂഗർഭ വഴി ആ കൊട്ടാരത്തിൽ ഉണ്ടെന്ന് അവൾ ആദ്യമായിട്ടാണറിയുന്നത്.

മീശയും താടിയും വച്ച് പുരുഷ ഫറവോയുടെ വേഷത്തിൽ നിൽക്കുന്ന ഹാഷെപ്സുറ്റു റാണിയുടെ വലിയൊരു പ്രതിമ മാത്രമേ ആ ഭാഗത്തവൾ ഇതുവരെ ദർശിച്ചിട്ടുള്ളൂ. അതിന്റെ ഇടതുവശത്തുള്ള കൊളുത്തു വലിച്ചപ്പോൾ തുറന്നുവന്ന പടിക്കെട്ടുകൾ അവളെ അത്ഭുതപ്പെടുത്തി

പേടിച്ചരണ്ട മാൻപേടയെപ്പോലെ അറയിലെ അരണ്ടവെളിച്ചത്തിലേക്ക് അവൾ കയറിവന്നപ്പോൾ ഫറവോയ്ക്ക് തന്റെ ഹൃദയവും ശരീരവും ഒന്ന് പിടഞ്ഞുണരുന്നതുപോലെ തോന്നി. നേർത്ത ലിനന്റെ വസ്ത്രങ്ങളായിരുന്നു അവൾ ധരിച്ചിരുന്നത്. ആടയാഭരണങ്ങളില്ലാതെ, ചമയങ്ങളില്ലാതെ, തീർത്തും സാധാരണ വേഷത്തിലാണ് അവൾ വന്നതെങ്കിലും അവളുടെ രൂപസൗകുമാര്യം അയാളുടെ ഹൃദയത്തിൽ പ്രകമ്പനം സൃഷ്ട്ടിച്ചു.

ജീവിതത്തിലിന്നോളം താനറിഞ്ഞ എല്ലാ സ്ത്രീശരീരവും ഇവൾക്ക്മുന്നിൽ തൃണസമാനം.

അത്രയേറെ വടിവൊത്ത ശരീരം, മിനുത്ത സ്വർണ്ണവർണ്ണമാർന്ന ചർമ്മം, ആണായിപ്പിറന്നവരാരായാലും ഒന്ന് ചുംബിക്കാൻ കൊതിക്കും വിധം തുടുത്തുവിടർന്ന ചുവന്ന ചുണ്ടുകൾ. നേരിയ വസ്ത്രാഞ്ചലത്തിലൂടെ തെളിഞ്ഞുകാണാം ഉയർന്ന, വടിവൊത്ത മുലകൾ. താഴ്ന്നു വരുന്ന ആലില വയറും ആകൃതിയൊത്ത അരക്കെട്ടും തുടകളും. നടക്കുമ്പോൾ താളത്തിൽ ഇളകുന്ന പിൻസമൃദ്ധി.

തന്റെ മുന്നിൽ നിന്ന് ചുറ്റിനും നോക്കുന്ന ആ സൗന്ദര്യശില്പത്തെ കണ്ടതോടെ ഫറവോ കുറച്ചുസമയത്തേക്ക് തന്റെ ലക്ഷ്യം വരെ മറന്നുപോയി. മെർണീതിന്റെ ചോദ്യമാണ് അദ്ദേഹത്തെ ആ മാസ്മരിക ലോകത്തു നിന്നും ഉണർത്തിയത്.

"എന്തിനാണ് പ്രഭോ ഈ സാഹസം ? ഇത്രയും രഹസ്യമായി ഇവിടേക്ക് ആനയിക്കപ്പെടാൻ മാത്രം എന്തുണ്ടായി ? അടിയൻ അറിയാതെ രാജ്യദ്രോഹം ചെയ്തുവോ?"

മെർണീതിന്റെ മുഖത്തെ ധൈര്യം അയാൾ ശ്രദ്ധിച്ചു. ഇരിപ്പിടത്തിൽ നിന്നും എഴുന്നേറ്റ് അവൾക്കരികിലേക്ക് നടന്നുവന്ന അയാളുടെ കണ്ണുകളിലെ കത്തുന്ന കാമം അവളുടെയുള്ളിൽ ഭയത്തിന്റെ അലകൾ സൃഷ്ടിച്ചു.

"ഇനി മുതൽ നീ നമ്മുടെ റാണിമാരിൽ ഒരുവളായിരിക്കും. അതാണ് ഫറവോയുടെ തീരുമാനം. അതറിയിക്കാൻ വേണ്ടിയാണ് നിന്നെ വിളിച്ചുവരുത്തിയത്. എല്ലാവിധ സൗകര്യങ്ങളും വേണ്ടുവോളം സ്വർണ്ണ വജ്രാഭരണങ്ങളും സ്വന്തമായി ഒരു അന്തപ്പുരവും നിനക്കായി നൽകാനും നാം തീരുമാനിച്ചിരിക്കുന്നു. നീ ചൂണ്ടിക്കാണിക്കുന്നവരെല്ലാം നിന്റെ ദാസിമാരായിരിക്കും. നിന്റെ കീഴിലായിരിക്കും മറ്റു റാണിമാരുടെ സ്ഥാനവും."

"ക്ഷമിക്കണം പ്രഭോ. ഞാൻ അങ്ങയുടെ അർദ്ധസഹോദരനായ ഹോറസിനെ പ്രണയിക്കുന്നു."

"അങ്ങയുടെ മുന്നിൽ വച്ചല്ലേ ഫറവോ റാണി ഞങ്ങളുടെ വിവാഹ ഉടമ്പടി ഉണ്ടാക്കിയത്. അദ്ദേഹത്തിലാണ് എന്റെ ആശ്രയം ഞാൻ കണ്ടെത്തിയിരിക്കുന്നത്."

പുരോഹിതൻ ഒരു കയ്യുയർത്തി അവളെ തടഞ്ഞുകൊണ്ട് പറഞ്ഞു.

"ഫറവോയുടെ റാണിപ്പട്ടത്തേക്കാൾ വലുതല്ല സുന്ദരീ ഹോറസിന്റെ ഭാര്യാപദവി. നിനക്ക് കീഴിൽ ഒരു രാജ്യമാണ് ഒതുങ്ങാൻ പോകുന്നത്. അപ്പോളാണോ ഒരുപിടി മണ്ണില്ലാത്തവന്റെ പ്രണയം?"

അയാളുടെ മുഖത്തു പുച്ഛം നിഴലിച്ചിരുന്നു.

"സ്വാർത്ഥതാല്പര്യങ്ങൾക്കായി എന്ത് കുത്സിതപ്രവർത്തിയും ചെയ്യാൻ മടിക്കാത്ത താങ്കളെപ്പോലുള്ള നീചജന്മങ്ങൾ എങ്ങനെയാണ് ദൈവത്തിന്റെ പ്രതിരൂപമായതെന്ന് ആലോചിക്കുമ്പോൾ ലജ്ജ തോന്നുന്നു പുരോഹിതാ."

അവളുടെ കണ്ണുകളിലെ പുച്ഛവും വെറുപ്പും ഫറവോയ്ക്ക് സഹിക്കാൻ കഴിയുന്നതിനുമപ്പുറമായിരുന്നു.

“മുന്നൂറോളം വരുന്ന നമ്മുടെ റാണിമാർക്കിടയിൽ പ്രമുഖസ്ഥാനമാണ് നിനക്ക് നാം വച്ചുനീട്ടുന്നത്.ഈ ജന്മം അനുഭവിച്ചാൽ തീരാത്ത സൗഭാഗ്യങ്ങളാണ് നിനക്കായ് കാത്തിരിക്കുന്നത്.”

കേട്ടുകൊണ്ടുനിന്ന മെർണീതിന്റെ മുഖത്തെ പുച്ഛഭാവം അയാളിൽ കോപമുണർത്തുന്നുണ്ടായിരുന്നു

“നമ്മുടെ വാഗ്ദാനങ്ങൾ നിരസിച്ച് ഈ രാജ്യത്തു സ്വസ്ഥമായി ജീവിക്കാമെന്നു നീ കരുതേണ്ട. മഹാനായ ഫറവോയാണ് നാം. ആഗ്രഹിച്ചതെല്ലാം നേടിയ ദേവജന്മം.”

“ഒരിക്കലും അങ്ങയെ ഒരു ദേവജന്മമായി ഞാനോ പ്രജകളോ കണക്കാക്കിയിട്ടില്ല പ്രഭോ. പ്രജകൾ പ്രാണഭയത്താൽ അങ്ങയെ അനുസരിക്കുന്നു. പക്ഷെ എനിക്ക് ആ ഭയമില്ല. സ്വന്തം മാതാവിന് വിഷം നൽകിയത് അങ്ങാണെന്നു എനിക്കറിയാം. കിരീടാവകാശിയായ സഹോദരനെ ചതിച്ചെത്രകാലം ഈ സിംഹാസനത്തിൽ അങ്ങ് ഭരിക്കുമെന്ന് അങ്ങേയ്ക്കുപോലും ഉറപ്പില്ല. ഇന്നല്ലെങ്കിൽ നാളെ ഹോറസ് കുമാരനും പ്രജകളും അങ്ങേയ്ക്കെതിരെ തിരിഞ്ഞാൽ ...!”

ഫറവോയുടെ ഉള്ളിൽ ഒരു നടുക്കമുണർന്നു. ഏറ്റവും ഭദ്രമെന്നു കരുതിയ രഹസ്യമാണ് കൺമുന്നിൽ തകർന്നുവീണിരിക്കുന്നത്.

അതീവ കോപത്തോടെ അയാൾ മെർണീതിന്റെ നേർക്ക് തിരിഞ്ഞു.

ഉറച്ച ശബ്ദത്തിൽ ഫറവോയുടെ കണ്ണുകളിൽ ദൃഷ്ടി പതിപ്പിച്ചുകൊണ്ട് അവൾ മന്ത്രിച്ചു.

“ഞാൻ നിങ്ങളെ വെറുക്കുന്നു. മനസ്സിൽ നന്മയും സ്നേഹവും മാത്രമുള്ള എന്റെ കുമാരന്റെ മുന്നിൽ പുൽക്കൊടിക്ക് സമാനമാണ് നിങ്ങൾ. മരണത്തിലും അദ്ദേഹത്തിന്റേതായിരിക്കും ഞാൻ. ഇനിയെങ്കിലും സ്വയം തിരിച്ചറിയാൻ ശ്രമിക്കൂ...”

തന്റെ നേരെ നീണ്ടുവരുന്ന ഫറവോയുടെ കൈകൾ തട്ടിമാറ്റിക്കൊണ്ട് നിമിഷനേരംകൊണ്ട് മെർണീത് പുറത്തേക്ക് കുതിച്ചു.

അവൾക്ക് പിറകെ പോകാനാഞ്ഞ പുരോഹിതനെ ഫറവോ കൈകൾ ഉയർത്തി തടഞ്ഞു. ഫറവോയുടെ കണ്ണുകളിൽ ഇപ്പോൾ പ്രേമത്തേക്കാൾ പകയാണ് ജ്വലിച്ചുനിൽക്കുന്നതെന്ന് അയാൾ കണ്ടു. സംശയിച്ചു നിൽക്കുന്ന പുരോഹിതന്റെ കണ്ണുകളിലേക്ക് നോക്കി അയാൾ പതുക്കെ മുരണ്ടു.

“ബുദ്ധിപൂർവ്വം പ്രവർത്തിക്കേണ്ട സമയമാണിത് പുരോഹിതരെ. അവൾ കൊതിച്ചത് മാത്രമല്ല അവൾക്ക് നഷ്ടപ്പെടേണ്ടത്.”

സർവ്വവും നഷ്ടപ്പെടണം അവൾക്ക്. ജീവനും... ജീവിതവും, എല്ലാ

മെല്ലാം...

ഇപ്പോൾ നിശ്ശബ്ദരായിരിക്കുകയാണ് ഏറ്റവും നല്ല മാർഗം. ബാക്കി നമ്മുടെ നിർദേശപ്രകാരം കാര്യങ്ങൾ താങ്കൾ നീക്കിയാൽമതി. വെറുമൊരു പെണ്ണല്ല മെർണീത്. മന്ത്രിപുത്രി എന്നതിനേക്കാൾ ഫറവോയുടെ വരാനിരിക്കുന്ന സഹോദരഭാര്യയാണ് മറ്റുള്ളവരുടെ കണ്ണിലവൾ. അതുകൊണ്ടുതന്നെ ഓരോ ചുവടുകളും സൂക്ഷിച്ചാവണം.

തനിക്ക് പിറകിൽ അരങ്ങേറുന്ന ഗൂഢനാടകങ്ങളെക്കുറിച്ചു ഒന്നുമറിയാതെ മെർണീത് അവിടെനിന്നു എത്രയും പെട്ടന്ന് പുറത്തുകടക്കാനുള്ള ത്വരയോടെ തുരങ്കത്തിലൂടെ കുതിച്ചുപാഞ്ഞുകൊണ്ടിരുന്നു..

കൊട്ടാരവളപ്പിനു പുറത്തെത്തിയ അവൾ ഫറവോ ഹാഷെപ്സുറ്റു റാണിയുടെ വലിയ പ്രതിമയ്ക്കു മുന്നിൽ ഒരാശ്രയത്തിനെന്നോണം തളർന്നിരുന്നു വിതുമ്പിക്കരഞ്ഞു.

അധ്യായം 12

ഇന്നാണ് നാല്പതാംനാൾ. ഫറവോറാണിയുടെ പ്രേതത്തിൽ 'ശീലചുറ്റൽ ' തുടങ്ങുന്ന ദിവസം.

പ്രേതത്തിന്റെ ഉള്ളിൽ നിറച്ച നാട്രോൺ നീക്കം ചെയ്തശേഷം കനോപ്പിക് ഭരണികളിലായി ഉപ്പുലായനിയിൽ ഇട്ടുവച്ച അവയവങ്ങൾ തിരികെ ശരീരത്തിൽ വയ്ക്കുകയും, ഔഷധക്കൂട്ടുകളും, ലിനൻ തുണിയും ശരീരത്തിനുള്ളിൽ നിറയ്ക്കുകയും ചെയ്യുന്നു.

പിന്നീടാണ് പ്രേതത്തെ ശീലചുറ്റുക. കാൽവിരൽതൊട്ടു തലവരെ ഒരു പ്രത്യേകരീതിയിൽ ലിനൻ തുണി കൊണ്ട് ശീലചുറ്റും. ഔഷധക്കൂട്ടുകൾ കൊണ്ട് നനച്ചശേഷം വീണ്ടും ശീലചുറ്റും.

രണ്ടാഴ്ച നീണ്ടുനിൽക്കുന്ന ആ ചടങ്ങ് അവസാനിക്കുംവരെ പുരോഹിതർ ആത്മാവിന്റെ സ്വർഗ്ഗലോകയാത്ര സുഗമമാക്കാനായി പ്രാർത്ഥനകൾ ഉരുവിട്ടുകൊണ്ടേയിരിക്കും.

പ്രേതസംരക്ഷണകുടീരത്തിനു പുറത്തു കൂടിയ ജനസമൂഹം ഒന്നടങ്കം ഫറവോറാണിയ്ക്കായി പ്രാർത്ഥനകൾ ഉച്ചത്തിൽ ചൊല്ലിക്കൊണ്ടിരുന്നു.

കുടീരത്തിനുള്ളിൽ പുരോഹിതനും അദ്ദേഹത്തിന്റെ ശിഷ്യരും ചടങ്ങു തുടങ്ങുവാനുള്ള ഒരുക്കത്തിലാണ്. ഫറവോയും മന്ത്രിമുഖ്യനും ഉയർന്ന തല്പത്തിൽ ഉപവിഷ്ടരായിട്ടുണ്ട്.

പെട്ടന്നാണ് സംസ്കരണ അറയിൽനിന്നും ഭയചകിതനായി പുരോഹിതൻ പുറത്തേക്ക് ഓടിവന്നത്. വിയർത്തൊഴുകുന്ന മുഖവുമായി അയാൾ ഫറവോ റംസീസിന് അടുത്തേക്ക് ഓടിയെത്തി ഫറവോയ്ക്ക് മുന്നിൽ മുട്ടുകുത്തി വിലപിച്ചു.

"റാണിയുടെ ശരീരം ചിലയിടങ്ങളിൽ അഴുകിയിരിക്കുന്നു പ്രഭോ... ആത്മാവിനു പൂർണ്ണതൃപ്തി വന്നിട്ടില്ല. അത് വരാതെ 'ശീലചുറ്റൽ' തുടങ്ങിയിട്ട് പ്രയോജനമില്ല. പ്രാർത്ഥനയിൽ ആത്മാവ് നമ്മോട് വെളിപ്പെടുത്തിയതും അതാണ്."

പ്രാർത്ഥനയിൽ മുഴുകിയിരുന്ന ജനസമുദ്രം ഒറ്റനിമിഷം കൊണ്ട് ശാന്തമായി. എല്ലാമുഖങ്ങളിലും ഭയം നിറഞ്ഞു.

അവരെ സംബന്ധിച്ചിടത്തോളം ഫറവോ മരണശേഷം ദൈവമാണ്.

ആ ദൈവത്തിനു അതൃപ്തി വരികയെന്നാൽ... അത് ചിന്തിക്കാൻ പോലുമാവില്ല ഈജിപ്തിലെ ജനതയ്ക്ക്... നിശ്ശബ്ദത പതുക്കെ പിറുപിറുക്കലുകൾക്ക് വഴിമാറി.

ഫറവോ എഴുന്നേറ്റു താഴെ നിരന്നുനിൽക്കുന്ന ജനക്കൂട്ടത്തെ നോക്കി. ഏറ്റവും മുന്നിലായി കൊട്ടാരത്തിലെ ഉദ്യോഗസ്ഥരും ഹോറസും മറ്റു പരിചാരകരും. അതിനു പിറകിലായാണ് അന്തഃപുരത്തിലെ സ്ത്രീകളും തോഴിമാരും. അവരുടെ ഇടയിൽ മെർണീതിനെ വേറിട്ടു കാണാമായിരുന്നു.

ഫറവോറാണിക്ക് ഏറ്റവും പ്രിയമായിരുന്ന പുഷ്യരാഗം പതിപ്പിച്ച പതക്കവും കാതിൽപ്പൂവും അരപ്പട്ടയുമാണ് അവൾ ധരിച്ചിരുന്നത്. മാതാവിന്റെ സ്നേഹസമ്മാനമാവാം അതെന്ന് അയാൾക്ക് മനസ്സിലാവുന്നുണ്ടായിരുന്നു. എങ്കിലും മയിൽനീല നിറമുള്ള വസ്ത്രങ്ങളിൽ അലങ്കാരങ്ങളോടെ അവളെ കാണുന്ന ഓരോ നിമിഷവും അയാളുടെ ഉള്ളിൽ പ്രതികാരാഗ്നി ആളിക്കത്തി.

ഫറവോയുടെ കണ്ണുകളിൽ ക്രൗര്യം ഓളം വെട്ടി. കയ്യുയർത്തി ജനങ്ങളോട് നിശ്ശബ്ദരാവാൻ ആവശ്യപ്പെട്ടുകൊണ്ട് ഫറവോ മുന്നിലേക്ക് നീങ്ങിനിന്നു.

“പ്രിയപ്പെട്ടവരേ, ഫറവോ റാണിയുടെ ആത്മാവിനു ഇനിയും തൃപ്തി വന്നിട്ടില്ലെന്നാണ് പുരോഹിതനിലൂടെ റാണി നമ്മെ അറിയിച്ചിരിക്കുന്നത്. മകൻ എന്ന നിലയിലും ഇപ്പോളത്തെ ഫറവോ എന്ന നിലയിലും നമ്മെ ഏറ്റവും കൂടുതൽ ഞെട്ടിച്ച ഒരു വാർത്തയാണിത്. പ്രജകളായ നിങ്ങളുടെ സ്ഥിതിയും മറിച്ചല്ലെന്നു നമുക്കറിയാം.അതുകൊണ്ടു തന്നെ ആത്മപ്രീതിയ്ക്കായി ചില കല്പനകൾ പുറപ്പെടുവിക്കാൻ നാം ആഗ്രഹിക്കുന്നു.”

“നമ്മുടെ മാതാവായ ഫറവോ ഹാഷെപ്സുറ്റു മഹാറാണിയുടെ അന്ത്യയാത്രയിൽ നിശ്ചയിച്ച വസ്തുവകകൾക്കു പുറമെ ഒരു പായ് വഞ്ചിയും മറ്റു ദൈവങ്ങൾക്കൊപ്പം മാതാവിന്റെ പ്രിയദേവതയായ ഹാതർ ദേവിയുടെ രത്നം പതിച്ച പ്രതിമയും കൂടി ചേർക്കുവാനും, ആത്മാവിന്റെ ഏകാന്തദുഃഖം തീർക്കുവാനായി അവസാനദിവസങ്ങളിൽ മാതാവിനെ ശുശ്രൂഷിച്ച അഞ്ചു കന്യകമാരെയും ആ ദിവസം പിരമിഡിനുള്ളിൽ ബലി നൽകുവാനും ഈജിപ്തിലെ ഫറവോ ആയ നാം കല്പി

ക്കുന്നു..."

അഞ്ചു കന്യകമാർ... അതിൽ തന്റെ പുത്രിയും ഉൾപ്പെടില്ലേ ? കേട്ടത് സത്യമല്ലേ ? സന്ദേഹത്തോടെ മന്ത്രിമുഖ്യൻ ഒരു വിഡ്ഢിയെപ്പോലെ ഫറവോയ്ക്ക് നേരെ നോക്കി.

"രാജ്യത്തെ സേവിക്കുക എന്നതാണ് ഓരോ പ്രജയുടെയും കടമ. അതിൽ നാമെല്ലാവരും സമന്മാരാണ് മന്ത്രിമുഖ്യ..."

ഫറവോയുടെ വാക്കുകൾ വൃദ്ധനായ മന്ത്രിയുടെ ഹൃദയത്തിൽ ഒരു വലിയ നടുക്കമായി അലയടിച്ചു. തളർന്നുപോകുന്ന ശരീരവും പേറി നെഞ്ചിൽ കൈവച്ചുകൊണ്ട് അയാൾ തന്റെ പ്രിയപുത്രിയെ നോക്കി. കേട്ട വാർത്തയുടെ ആഘാതത്തിൽനിന്നും മോചിതയാകാതെ നിറഞ്ഞ കണ്ണുകളുമായി ഒരു ശില പോലെ തന്റെ മകൾ നില്ക്കുന്നത് കണ്ട അയാൾക്ക് തന്റെ സകലശക്തിയും ചോർന്നുപോകുംപോലെ തോന്നി.

പൊട്ടിക്കരഞ്ഞുകൊണ്ട് ഒരു ഭ്രാന്തനെപ്പോലെ അയാൾ ഫറവോയ്ക്ക് നേരെ തിരിഞ്ഞു.

"പ്രഭോ...ഇത് ചതിയാണ്...ഒരിക്കലും അമ്മ മഹാറാണിയുടെ ആത്മാവ് ഇതാഗ്രഹിക്കില്ല. സ്വന്തം മകളെപ്പോലെ സ്നേഹിച്ചതല്ലേ എന്റെ പുത്രിയെ അവർ. ജീവിതം തുടങ്ങും മുന്നേ അവളെ കശക്കിയെറിയാൻ റാണിയുടെ ആത്മാവ് ആഗ്രഹിക്കില്ല."

തനിക്ക് മുന്നിൽ കരഞ്ഞുകൊണ്ട് മുട്ടുകുത്തി വീഴുന്ന മന്ത്രിയെ തീർത്തും അവഗണിച്ചു ഫറവോ ഭടന്മാർക്ക് കണ്ണുകൾ കൊണ്ട് സംജ്ഞ നൽകി. മെർണീതിനെയും അവൾക്ക് പിന്നിലായി പൊട്ടിക്കരഞ്ഞുകൊണ്ട് നിൽക്കുന്ന നാല് തോഴിമാരെയും നിമിഷനേരം കൊണ്ട് ബന്ധനസ്ഥരാക്കി വലിച്ചിഴച്ചു പ്രേതസംരക്ഷണകുടീരത്തിലേക്ക് കൊണ്ടുപോയി അവർ. വാതിൽ കടക്കും മുൻപ് മെർണീത് ഒന്ന് തിരിഞ്ഞുനോക്കി. അവളുടെ മിഴികളിലെ കല്ലിച്ചഭാവം ഫറവോ കണ്ടില്ലെന്നു നടിച്ചു. കൂടിനിൽക്കുന്ന ജനങ്ങൾ മൊത്തം നടുങ്ങിത്തരിച്ചു നിൽക്കയാണ്. തെറ്റാണിതെന്ന് ഉള്ളുകൊണ്ടറിയാമെങ്കിലും ഫറവോയുടെ കല്പനയെ എതിർക്കാൻ അവർക്ക് ധൈര്യില്ല.

തനിക്കുമുന്നിൽ നടക്കുന്നത് സ്വപ്നമോ സത്യമോ എന്നറിയാതെ തളർന്നു നിൽക്കുന്ന ഹോറസിന്റെ മുഖത്തേക്ക് നോക്കി ഏറ്റവും മനോഹരമായി പുഞ്ചിരിച്ചു ഫറവോ. ആ പുഞ്ചിരിയിൽ എല്ലാം അടങ്ങിയിരുന്നു. ഹോറസിന് മാത്രം മനസ്സിലാകുന്ന, പകയുടെ, അസൂയയുടെ, പ്രതികാരത്തിന്റെ, കനലുകൾ ആ പുഞ്ചിരിയിൽ ജ്വലിച്ചുനിന്നു.

സ്വബോധത്തിലേക്ക് തിരിച്ചുവന്ന ഹോറസ് ഒറ്റനിമിഷം കൊണ്ട് അ

രയിലെ ഉടവാൾ ഊരി കുടീരത്തിനുള്ളിലേക്ക് കുതിച്ചു.

അതേ നിമിഷം തന്നെ അദ്ദേഹത്തെ പിറകിൽനിന്നും ജോഷായുടെ കൈകൾ ചുറ്റിവരിഞ്ഞു.

"അരുത് കുമാരാ...എടുത്തുചാട്ടമരുത്... അതിന്റെ ഭവിഷ്യത്തുകൾ അങ്ങേയ്ക്ക് അടിയൻ പറഞ്ഞുതരേണ്ടതില്ലല്ലോ..."

"ഇത്രയും സൈന്യത്തിനിടയിൽ തീർച്ചയായും അങ്ങേയ്ക്ക് പ്രണയിനിയെ രക്ഷിക്കാൻ കഴിയില്ല. അതിനുവേണ്ടി വൃഥാ പ്രയത്നിക്കാതിരിക്കുക..."

നെഞ്ചുപൊടിയുന്ന വേദനയോടെ അനുബിസ് ദേവന്റെ സ്തൂപത്തിനരികിൽ ഹോറസ് തളർന്നിരുന്നുപോയി.. ഇനി എന്ത്? എന്നൊരു ചോദ്യം അയാളുടെ ഹൃദയത്തിൽനിന്നും അലയടിച്ചുയർന്നുകൊണ്ടേയിരുന്നു.

അധ്യായം 13

സമയം അർദ്ധരാത്രി പിന്നിട്ടിരുന്നു.

പ്രേതസംരക്ഷണകുടീരവും, അതിനു കുറച്ചകലെയായി സ്ഥിതിചെയ്യുന്ന മഹാറാണി സ്ഥാപിച്ച 'ഹാഷെപ്സുറ്റിന്റെ ക്ഷേത്രവും' ഇരുളിലമർന്നു കഴിഞ്ഞിരുന്നു.

ഫറവോറാണിയുടെ ഭരണനേട്ടങ്ങളിൽ ഏറ്റവും പ്രധാനപ്പെട്ട സൃഷ്ടികളിലൊന്നാണ് ആ ക്ഷേത്രം.

മരണദേവനായ 'അനുബിസും', സമൃദ്ധിയുടെ ദേവിയായ 'ഹാതറും' ദൈവങ്ങളുടെ രാജാവായ 'അമനും', സൂര്യദേവനായ 'റാ' യുമായിരുന്നു അവിടുത്തെ പ്രധാനപ്രതിഷ്ഠകൾ.

ആയിരക്കണക്കിന് അടിമകളുടെ വർഷങ്ങളോളമുള്ള കഠിനാദ്ധ്വാനത്തിന്റെ ഫലം. സൂര്യരശ്മികൾ മറയുന്നതോടെ ക്ഷേത്രം അടച്ച് ശേഷം പുലർച്ചയോടെ വീണ്ടും പൂജതുടങ്ങുകയാണ് അവിടുത്തെ രീതി.

പ്രേതസംരക്ഷണകുടീരത്തിലെ സംസ്കരണ അറയിൽ മാത്രം നേരിയ വെളിച്ചം കാണാമായിരുന്നു. അമ്പലത്തിന്റെ തെക്കുവശത്തുള്ള ഇടുങ്ങിയ നടപ്പാതയിലൂടെ ഒരു വെള്ളക്കുതിരയുടെ പുറത്തു രണ്ടു യുവാക്കൾ നിശ്ശബ്ദരായി കടന്നുപോയി.

തങ്ങൾ ഇതിനുള്ളിൽ ബന്ധനസ്ഥരായിട്ട് എത്ര നാഴിക കഴിഞ്ഞിട്ടുണ്ടാവുമെന്നു മെർണീത് മനസ്സിൽ കണക്കു കൂട്ടി നോക്കി.

ഒന്നും ഓർത്തെടുക്കാൻ കഴിയുന്നില്ല. മനസ്സിൽ ആകെ ഇരുൾമൂടിയപോലെ. സംഭവിച്ചതെല്ലാം ഒരു സ്വപ്നമായിരുന്നെങ്കിൽ എന്നവൾ ആഗ്രഹിച്ചു. സ്വപ്നത്തിനൊടുവിൽ താനുണരുന്ന യാഥാർഥ്യലോകത്തിൽ തന്റെ പ്രിയതമനും പിതാവും തനിക്കായി പുഞ്ചിരിയോടെ കാത്തുനിൽക്കുന്നുണ്ടാവുമെന്നും വേദനയോടെ അവൾ കൊതിച്ചു.

ദുഷ്ടനായ ഫറവോയുടെ വിവാഹാഭ്യർത്ഥന നിരസിച്ച നിമിഷം മുതൽ പ്രതികാരനടപടി പ്രതീക്ഷിച്ചിരുന്നുവെങ്കിലും, അതിത്രമേൽ കഠി

നമാവുമെന്നറിഞ്ഞിരുന്നില്ല.

നിറഞ്ഞൊഴുകുന്ന മിഴികളുയർത്തി അവൾ അറയിലെ ഇരുട്ടിലേക്ക് കണ്ണോടിച്ചു. അങ്ങിങ്ങായി അറയുടെ ഓരോ ഭാഗത്തും തോഴിമാർ തളർന്നു കിടക്കുന്നത് കണ്ണുകൾ ഇരുട്ടുമായി പഴകിയപ്പോൾ അവൾ കണ്ടു.

ദീർഘചതുരാകൃതിയിലുള്ള അറയായിരുന്നു അത്. പ്രവേശനകവാടം പുറത്തുനിന്നു ബന്ധിച്ചിട്ടുണ്ടാവാം. മുകളിൽ ചെറിയ ഒരു കിളിവാതിൽ കാണുന്നുണ്ട്. അതിനുള്ളിലൂടെ അരണ്ടവെളിച്ചം അറയിലേക്ക് കടന്നുവരുന്നുണ്ട്. സമയം രാത്രിയായെന്നു തോന്നുന്നു.

അറ നിറയെ ആഭരണങ്ങളാണ്. സ്വർണ്ണവും, വജ്രവും, മുത്തും, പവിഴവുമടക്കം വലിയൊരു ശേഖരം തന്നെയുണ്ട്. റാണിക്കൊപ്പം സംസ്കരിക്കാനുള്ളവയാണതെല്ലാം.

ഹോറസിനെ കുറിച്ചോർത്തപ്പോൾ അവൾക്ക് ഹൃദയം നുറുങ്ങുംപോലെ തോന്നി. അവന്റെ പുഞ്ചിരിയും പ്രണയത്തിന്റെ നീലസമുദ്രം ഒളിപ്പിച്ച മിഴികളും ഏതാപത്തിലും തനിക്ക് ആശ്രയമാകുമെന്നു കൊതിച്ച ബലിഷ്ഠമായ വിരിഞ്ഞ നെഞ്ചും ഇനിയീജന്മം ഒന്നുകൂടി ദർശിക്കുവാൻ തനിക്ക് കഴിയില്ലല്ലോ എന്ന തിരിച്ചറിവിൽ അവൾ വിതുമ്പിക്കരഞ്ഞു. അവളുടെ കരച്ചിൽ കേട്ടുണർന്ന തോഴിമാർ നാലുപേരും ആർത്തലച്ചു കരഞ്ഞുകൊണ്ട് അവളെ പൊതിഞ്ഞുപിടിച്ചു. ആരോരും ആശ്രയമില്ലാത്ത ആ കന്യകമാർ അഞ്ചുപേരും തങ്ങളുടെ വിധിയെ പഴിച്ചുകൊണ്ടു മരണഭീതിയിൽ പൊട്ടിക്കരഞ്ഞുകൊണ്ടേയിരുന്നു.

പെട്ടന്നാണ് കുതിര ചിനയ്ക്കുന്ന ശബ്ദം അവരുടെ ചെവിയിലെത്തിയത്. മെർണീത് പിടഞ്ഞെഴുന്നേറ്റ് ചെവിയോർത്തുകൊണ്ട് കിളിവാതിലിനരികിൽ വന്നു നിന്നു.

വീണ്ടും അതേ ശബ്ദം.

അത് 'കേയ' അല്ലേ ?

തന്റെ പ്രിയതമന്റെ ഉറ്റമിത്രമായ കരുത്തനായ വെള്ളക്കുതിര. എത്രദൂരെ നിന്നാണെങ്കിലും അവന്റെ ചിനയ്ക്കൽ തനിക്ക് മനസ്സിലാവാറുണ്ട്. അവൾ മുകളിലേക്ക് നോക്കി. കിളിവാതിൽ കുറച്ചുയരത്തിലാണ്. പുറത്തേക്ക് നോക്കാൻ കഴിയില്ല.

അവൾ ചുറ്റും നോക്കി. പെട്ടന്നാണ് കിളിവാതിലിലൂടെ ഉള്ളിലേക്ക് ഒരു പട്ടുതുണി വന്നുവീണത്.

അവൾ ഓടിച്ചെന്ന് അത് കൈകളിൽ എടുത്തുനോക്കി. എറിയുമ്പോൾ പറന്നുപോകാതിരിക്കാനായി ഉള്ളിൽ ഭാരത്തിനു വേണ്ടി കല്ലും

ചേർത്താണ് ചുരുട്ടിയിരിക്കുന്നത്. അവൾ തിടുക്കത്തിൽ അത് തുറന്നെങ്കിലും ഇരുട്ടിൽ ഉള്ളിൽ എന്താണെന്നു വ്യക്തമായില്ല. അറയുടെ ഒരു വശത്തായി കൂട്ടിയിട്ടിരിക്കുന്ന ആഭരണശേഖരണത്തിനടുത്തേക്ക് അവൾ ആ തുണി നിവർത്തുപിടിച്ചു.

അരണ്ടവെളിച്ചത്തിലെ ആ ഇളം മഞ്ഞ പ്രഭയിൽ അവൾക്ക് അതിൽ എഴുതിയിരിക്കുന്നത് കാണാൻ കഴിഞ്ഞു.

'പ്രിയപ്പെട്ടവളേ,

ഭയപ്പെടാതിരിക്കുക നമ്മുടെ പ്രാണൻ നിലനിൽക്കും നാൾ വരെ നിനക്ക് ഒരു നഖക്ഷതം ഏൽക്കാൻ പോലും നാം അനുവദിക്കുകയില്ല. നമുക്ക് മുന്നിൽ ഇനിയും ദിവസങ്ങളുണ്ട്. അതിനുള്ളിൽ നിന്നെ രക്ഷിക്കാനുള്ള പദ്ധതികൾ ആസൂത്രണം ചെയ്തു വിവരങ്ങൾ നിനക്ക് കൈമാറുന്നതാണ്. ഓരോനിമിഷവും ശ്രദ്ധയോടെ ചിലവഴിക്കുക.

പകൽ നന്നായി ഉറങ്ങുക .

രാത്രികളിൽ പുറത്തുകേൾക്കുന്ന ശബ്ദം ശ്രദ്ധിക്കുക. മനസ്സിനും ശരീരത്തിനും ശക്തി നിലനിർത്തുക. മിതമായി ഭക്ഷിക്കുക.

മറക്കാതിരിക്കൂ, നമുക്ക് താണ്ടാനുള്ള വഴികൾ അതീവകഠിനമായിരിക്കും.

സ്നേഹപൂർവ്വം.

സന്ദേശം വായിച്ചുകഴിഞ്ഞതോടെ മെർണീതിൽ നിന്നും ആശ്വാസത്തിന്റേതായ ഒരു വിങ്ങൽ പൊട്ടിപ്പുറപ്പെട്ടു.തന്നെത്തന്നെ ഉറ്റുനോക്കികൊണ്ട് ഒരാശ്രയം കൊതിച്ചിരിക്കുന്ന തോഴിമാരുടെ മുഖം കണ്ടപ്പോൾ അവളുടെ ഹൃദയത്തിൽ വേദന പിടഞ്ഞുണർന്നു.

"സാരമില്ല കുമാരി..രാജകുമാരന്റെ പ്രണയം ലഭിച്ച കുമാരി ഭാഗ്യവതിയാണ്. സ്വജീവൻ ബലിനൽകിയും അദ്ദേഹം കുമാരിയെ രക്ഷിക്കുമെന്ന് ഞങ്ങൾക്കറിയാം."

മെർണീതിൽ ഒരു ഞെട്ടൽ ഉണ്ടായി.

അങ്ങനെ എന്തെങ്കിലും ആവുമോ ഹോറസിന്റെ പദ്ധതി എന്നൊരു ഭയം അവളിൽ ഉറവെടുത്തു. ചിന്താഭരിതയായ അവൾക്കരികിലേക്ക് നടന്നുവന്നുകൊണ്ട് തോഴിയായ 'അമ്നോഹോട്ടസ്' തുടർന്നു.

"ഭയപ്പെടാതിരിക്കൂ കുമാരി. നന്മകൾ മാത്രം ഭവിക്കാൻ ഞങ്ങളും പ്രാർത്ഥിക്കാം. ജീവിതം അവസാനിക്കുന്ന ഈ വേളയിൽ മറ്റൊന്നുമില്ലല്ലോ ഞങ്ങൾക്കു നിങ്ങൾക്കായി ചെയ്യാൻ."

ഒരു വിങ്ങിക്കരച്ചിലോടെ മെർണീത് തോഴിയെ തന്നിലേക്ക് ചേർ

ത്തണച്ചു. മറ്റു മൂന്നുപേരും തളർന്ന ശരീരവും കണ്ണീരുണങ്ങിയ കവിൾത്തടങ്ങളുമായി അവരെനോക്കി വിതുമ്പി.

തങ്ങളെ ജീവിതത്തിലേക്ക് തിരിച്ചുകൊണ്ടുവരണമെന്ന് ഫറവോയോട് അപേക്ഷിക്കുവാൻ പോലും അടിമകളായ തങ്ങളുടെ മാതാപിതാക്കൾക്ക് ധൈര്യമുണ്ടാവില്ലെന്ന് അവർക്കറിയാമായിരുന്നു.

അധ്യായം 14

'ഡെയർ അൽ മദീന' ഗ്രാമത്തിലായിരുന്നു ഹോറസ്.

എന്നും താഴെക്കിടയിലുള്ള ജനങ്ങളുമായി നല്ലൊരു ബന്ധം കാത്തുസൂക്ഷിച്ചിരുന്നു കുമാരൻ.

അതുകൊണ്ടുതന്നെ അവർ ഫറവോയെക്കാൾ ഹോറസിനെ സ്നേഹിച്ചു,ബഹുമാനിച്ചു.

പിരമിഡിന്റെ പണികൾക്ക് നേതൃത്വം നൽകുന്ന 'മെറി'യുമായി സംസാരിക്കുകയായിരുന്നു അദ്ദേഹം.

അപ്പോളാണ് 'മന്ത്രിമുഖ്യൻ തന്നെ കാണാൻ ഇങ്ങോട്ടേക്ക് വരുന്നു' എന്ന സന്ദേശവുമായി ജോഷ വന്നത്.

നേരം പുലർന്നുവരുന്നേ ഉണ്ടായിരുന്നുള്ളു. വെളിച്ചം കുറഞ്ഞ പാതയിലൂടെ തലകുനിച്ചു കൊണ്ട്, അവശനായി, ഏകനായി, രഥവും പരിവാരങ്ങളുമില്ലാതെ മന്ത്രിമുഖ്യൻ നടന്നുവന്നു. ഒറ്റദിവസം കൊണ്ട് അയാൾ തീർത്തും വൃദ്ധനായതുപോലെ തോന്നിച്ചു.

മുഖവും ശരീരവും കണ്ടാലറിയാം, ഇന്നലത്തെ സംഭവത്തിന് ശേഷം അദ്ദേഹത്തിനു ഭക്ഷണമോ വിശ്രമമോ ഉണ്ടായിട്ടില്ലെന്ന്.

കഠിനമായ ദുഃഖത്താൽ മുഖത്തു ചുളിവുകൾ വീണിരുന്നു. ഹോറസ് ബഹുമാനസൂചകമായി എഴുന്നേറ്റ് അദ്ദേഹത്തെ വണങ്ങി. കുമാരന്റെ മുഖത്തേക്ക് നോക്കുംതോറും വൃദ്ധന്റെ ഉള്ളിൽ വേദന നിറഞ്ഞു. മകളെ കുറിച്ചുള്ള ഓർമ്മകൾ അയാളുടെ ഹൃദയത്തിൽ തീരാദുഖത്തിന്റെ കനലാഴി തീർത്തു.

"കുമാരാ, മന്ത്രിസ്ഥാനത്തിരിക്കാൻ ഇനി ഞാൻ ആഗ്രഹിക്കുന്നില്ല. എന്റെ പ്രിയപുത്രിയുടെ രക്തത്തിൽ കുതിർന്ന സിഹാസനത്തിന്റെ ഉടമയെ പരിചരിക്കാൻ ഈ ജന്മം കഴിയില്ലെനിക്കിനി. വ്യർത്ഥമായ ഈ ജന്മത്തിൽ ദൈവം തന്ന ഏക സന്തോഷമായിരുന്നു എന്റെ പുത്രി. ഹാ...ദൈവമേ...നീയിത്ര ദയാശൂന്യനോ?"

നിലത്തു മുട്ടുകുത്തിയിരുന്നു അയാൾ വിതുമ്പിക്കരഞ്ഞു... കൈകൾ

രണ്ടും മുകളിലേക്കുയർത്തി ഉച്ചത്തിലുച്ചത്തിൽ വിലപിച്ചു.

"ഞാനീഭൂവിൽ ഇനിയെന്തിന് പ്രഭോ?"

"എത്രയോ ബലികർമ്മങ്ങൾക്ക് കല്ലുപോലുറച്ച മനസ്സോടെ നിന്ന തിന് അവിടുന്നെനിക്ക് സമ്മാനിച്ച ശിക്ഷയാണോ ഈ ദുർവിധി"

നരബലി നടക്കുമ്പോൾ ബലികർമ്മങ്ങൾ അനുഷ്ഠിക്കുന്ന ഒരാളും കാര്യങ്ങൾക്ക് മേൽനോട്ടം വഹിക്കാൻ മന്ത്രിമുഖ്യനും മാത്രമേ ബലി പീഠത്തിനരികിൽ ഉണ്ടാവാൻ പാടുള്ളൂ, എന്നാണ് നിയമം. ഫറവോയ് ക്കു വേണ്ടി നരബലി നടത്തപ്പെടുന്നവരെ മമ്മി ആയി സംസ്കരിക്കാറി ല്ല. വെറുതെ കുഴിച്ചുമൂടുകയാണ് പതിവ്. അങ്ങനെ ചെയ്യുന്നതിലൂടെ അവരുടെ ശരീരവും ആത്മാവും ഫറവോയുടെ ആത്മാവിലേക്ക് ലയി ച്ചു ചേരുമെന്നാണ് വിശ്വാസം. സ്വന്തം മകളുടെ ശിരച്ഛേദം കണ്ടുനിൽ ക്കാൻ കഴിയാത്തതുകൊണ്ടാണ് അദ്ദേഹം മന്ത്രിസ്ഥാനം ഉപേക്ഷി ക്കുന്നതെന്ന് ഹോറസിന് ഊഹിക്കാമായിരുന്നു.

"അരുതു മന്ത്രിമുഖ്യ.. അങ്ങയുടെ പുത്രി രക്ഷപ്പെടണമെന്നു അ ങ്ങയെപ്പോലെ ഞാനും ആഗ്രഹിക്കുന്നു. അതിനുള്ള പദ്ധതികളാണ് ഞങ്ങൾ ഇവിടെ ആസൂത്രണം ചെയ്യുന്നത്. അതിന് ഞങ്ങൾക്ക് അങ്ങ യുടെ സഹായം തീർച്ചയായും ആവശ്യമാണ്. മന്ത്രിമുഖ്യൻ എന്ന അ ങ്ങയുടെ പദവിയും സ്വാധീനവും അക്കാര്യത്തിൽ നമുക്ക് ഗുണമായി ത്തീരും.''

കല്ലുപോലുറച്ച ശബ്ദത്തിൽ ഹോറസ് ഉച്ചരിച്ച വാക്കുകൾ വൃദ്ധനിൽ പ്രതീക്ഷയുടെ വെളിച്ചമുണർത്തി. നിലത്തുനിന്നും പിടഞ്ഞെഴുന്നേറ്റ് അയാൾ കുമാരന്റെ കൈകളിൽ മുറുകെ പിടിച്ചു...

"സത്യം പറയൂ കുമാരാ... ഈ വൃദ്ധനെ ഇനിയും പരീക്ഷിക്കരു തേ... എന്റെ പുത്രിയെ ജീവനോടെ തിരികെ ലഭിക്കുവാൻ വേണ്ടി എ ന്ത് സാഹസം ചെയ്യാനും ഞാനൊരുക്കമാണ് കുഞ്ഞേ"...

"നാം പറയുന്നത് അങ്ങ് ശ്രദ്ധിച്ചു കേട്ടാലും... പിരമിഡിനുള്ളിലേ ക്ക് ഫറവോയോടൊപ്പം വളരെകുറച്ചുപേർക്കേ പ്രവേശനമുള്ളൂ എന്ന ങ്ങേയ്ക്കും അറിയാമല്ലോ, ബലികൊടുക്കാനുള്ള കന്യകകളെ സ്നാ നാദികർമ്മങ്ങൾക്ക് ശേഷം ശിരോവസ്ത്രത്താൽ മറച്ചാണ് പിരമിഡി നുള്ളിലെ ബലികൊടുക്കുന്ന അറയിലേക്ക് കൊണ്ടുപോകുക.

ശിരച്ഛേദം നടന്നതിന് ശേഷം രക്തം ഖബറിനുള്ളിലേക്ക് ഓവുചാൽ വഴി ഒഴുകിയെത്തുമ്പോളാണ് ശവസംസ്കാരച്ചടങ്ങുകൾ പൂർത്തിയാ ക്കുക. കബന്ധങ്ങൾ ഒന്നിച്ചു താഴെയുള്ള നിലവറയിലേക്ക് തള്ളിയതി നുശേഷമാണ് അറ അടച്ചുപൂട്ടി താങ്കൾ പുറത്തേക്കിറങ്ങുക...

അങ്ങനെയല്ലേ ചടങ്ങുകൾ ?"

നരബലിയുടെ ഘട്ടങ്ങൾ കൃത്യമായി വിവരിക്കുന്ന ഹോറസിനെ ശരിവച്ചുകൊണ്ടു വൃദ്ധൻ തലയാട്ടിക്കൊണ്ടിരുന്നു.

"ഇതിനിടയിൽ എങ്ങനെയാണ് കുമാരാ നമ്മൾ മെർണീതിനെ രക്ഷിക്കുക?"

"അങ്ങയുടെ അധികാരം ഇവിടെയാണ് മന്ത്രിമുഖ്യാ നമുക്ക് ആവശ്യം..." ബലികർമ്മങ്ങൾ ചെയ്യുന്നത് അങ്ങയുടെ വിശ്വസ്തനായ ഒരാൾ ആയിരിക്കണം.ശിരച്ഛേദം നടത്തിയ കബന്ധങ്ങൾ വീഴുന്ന നിലവറയിൽ മെർണീത് ജീവനോടെയാവണം വീഴേണ്ടത്. അവളുടെ ശിരച്ഛേദം നടക്കാൻ പാടില്ല. ആ നിലവറയിലേക്ക് നമ്മുടെ പ്രിയസുഹൃത്തായ ഈ നിൽക്കുന്ന 'മെറി'യും അദ്ദേഹത്തിന്റെ അനുചരരും ഒരു ഭൂഗർഭഗുഹ നിർമ്മിക്കും. നൈലിന്റെ തീരത്തായിരിക്കും അതിന്റെ തുടക്കം. അവിടെ മെർണീതിനെ രക്ഷിക്കാനുള്ള ആളുകൾ കാത്തുനിൽക്കുന്നുണ്ടാവും.

അവൾ സുരക്ഷിതയായി എത്തിച്ചേരേണ്ടിടത്തു എത്തിക്കഴിയും വരെ ഇവിടെ എല്ലാം സാധാരണ പോലെയായിരിക്കും. പിന്നീടുള്ള കാര്യങ്ങൾ ബുദ്ധിപൂർവ്വം മുന്നോട്ട് നീക്കിയാൽ ഒരു രക്തച്ചൊരിച്ചിൽ ഒഴിവാക്കി ഞങ്ങൾക്ക് ഈ രാജ്യം തന്നെ വിട്ടുപോകാം. അതല്ലേ നല്ലത്?'

ഹോറസിന്റെ വാക്കുകൾ വൃദ്ധനിൽ പുതുജീവൻ ഉണർത്തിയെങ്കിലും. പലവിധ ചിന്തകൾ അദ്ദേഹത്തിന്റെ മനോമുകരത്തിലൂടെ കടന്നുപോയി.

ആലോചനയ്ക്കൊടുവിൽ തന്റെയുള്ളിലെ ഭയം അയാളറിയാതെ വാക്കുകളായി പുറത്തേക്ക് വന്നു.

"കന്യകാബലി നടക്കുന്നിടത്തു ഫറവോ കൂടി സന്നിഹിതനായാൽ നാമെന്തു ചെയ്യും കുമാരാ? ആദ്യം മെർണീതിന്റെ രക്തമാണ് അയാൾ ആഗ്രഹിക്കുക.അപ്പോൾ നിസ്സഹായനായി നോക്കിനിൽക്കേണ്ടിവരില്ലേ ഈ വൃദ്ധന് ?"

മന്ത്രിയുടെ ചോദ്യം ഹോറസിന്റെയുള്ളിലും ഒരു നടുക്കം സൃഷ്ടിച്ചു. അങ്ങനെ സംഭവിച്ചാൽ ഒരുവിധത്തിലും രക്ഷപ്പെടാൻ തന്റെ പ്രണയിനിക്ക് കഴിയില്ലെന്ന് അയാൾക്കും അറിയാമായിരുന്നു.

"ഈജിപ്തിന്റെ ചരിത്രത്തിൽ ഇന്നുവരെ അങ്ങനെയുണ്ടായിട്ടില്ല പ്രഭോ."

മെറിയുടെ ശബ്ദമാണ് അവരെ ചിന്തയിൽ നിന്നുണർത്തിയത്.

അയാൾ പറഞ്ഞത് ശരിയാണെന്നു കുമാരനും മന്ത്രിമുഖ്യനും അ

റിവുള്ളതാണെങ്കിലും തങ്ങളുടെ ജീവനേക്കാൾ സ്നേഹിക്കുന്നവളുടെ പ്രാണരക്ഷയ്ക്ക് വേണ്ടിയായതിനാൽ രണ്ടുപേരുടെയും ഉള്ളിൽ ആശങ്കകൾ മുളയിട്ടുകഴിഞ്ഞിരുന്നു.

"അങ്ങനെ സംഭവിച്ചാൽ എന്തുവേണമെന്നു നാം ഒന്നാലോചിക്കട്ടെ. ഏതായാലും ഭൂഗർഭഗുഹയുടെ ജോലികൾ വേഗം തന്നെ തീർക്കാൻ ശ്രമിക്കു സോദരാ"

ചിന്താകുലനായ കുമാരനെ തനിച്ചുവിട്ടുകൊണ്ട് മെറി പുറത്തുനിൽക്കുന്ന അനുചരർക്കരികിലേക്ക് നടന്നുനീങ്ങി.

അധ്യായം 15

'മുഖ്യപുരോഹിതൻ പുറത്തു കാത്തുനിൽക്കുന്നു' എന്ന വിവരവുമായി സേവകൻ വരുമ്പോൾ അന്തപ്പുരത്തിലായിരുന്നു ഫറവോ റംസീസ്. ദിവസങ്ങൾക്ക് മുൻപ് ലേബറാണിയിൽ പിറന്ന തന്റെ അനന്തരാവകാശിയെ ഓമനിക്കുന്ന തിരക്കിലായിരുന്നു രാജാവ്.

വർഷങ്ങളുടെ കാത്തിരിപ്പിനൊടുവിൽ ദൈവം സമ്മാനിച്ച നിധി ആയിരുന്നു അയാൾക്ക് തന്റെ പൈതൽ.

അതിന്റെ സന്തോഷം തന്റെ ഭാര്യയുമായി പങ്കിടുകയായിരുന്നയാൾ.

മുന്നൂറിലേറെ ഭാര്യമാരും ഇരുന്നൂറോളം വെപ്പാട്ടികളും വിവിധ അന്തപ്പുരങ്ങളിലായി ഫറവോയ്ക്കുണ്ടായിരുന്നു.

എങ്കിലും 'പട്ടമഹിഷി' എന്ന സ്ഥാനം സഹോദരിയും ഭാര്യയുമായ ലേബറാണിക്കായിരുന്നു. അതുകൊണ്ടുതന്നെ ലേബറാണിക്ക് പിറക്കുന്ന പുത്രനാവണം തന്റെ അനന്തരാവകാശിയെന്നു ഫറവോയ്ക്ക് നിർബ്ബന്ധമുണ്ടായിരുന്നു. അതിനുവേണ്ടിയുള്ള വർഷങ്ങളുടെ കാത്തിരിപ്പാണ് പുത്രഭാഗ്യമുണ്ടായതോടെ അവസാനിച്ചിരിക്കുന്നത്.

സ്ത്രീലമ്പടനായതിനാൽ അന്തപ്പുരത്തിൽ വെപ്പാട്ടികളുടെ എണ്ണം കൂടുന്നത് അയാൾക്ക് സന്തോഷമായിരുന്നു. കാണാനഴകുള്ള സ്ത്രീകൾ ഇതരജാതിയിൽ പെട്ടവരാണെങ്കിൽ അവരെ വിവാഹം ചെയ്യാൻ നിയമം അനുവദിക്കാത്തതിനാൽ ബലം പ്രയോഗിച്ചും ഭീഷണിപ്പെടുത്തിയും വെപ്പാട്ടി ആക്കുകയാണ് പതിവ്.

പട്ടമഹിഷി ആയ ലേബറാണിക്ക് ഫറവോയുടെ ഈ നീചസ്വഭാവത്തിനെതിരെ കടുത്ത അമർഷമുണ്ടായിരുന്നു. പക്ഷെ ഭർത്താവിന്റെ ക്രൂരസ്വഭാവത്തെപ്പറ്റി നല്ല അറിവുണ്ടായിരുന്നതിനാൽ അവർ നിസ്സഹായയായിരുന്നു.

കുറച്ചുദിവസങ്ങളായി എല്ലാംകൊണ്ടും ആഹ്ലാദവാനായിരുന്നു ഫറവോ. തന്റെ ബുദ്ധികൂർമ്മതയ്ക്ക് മുന്നിൽ തടസങ്ങളോരോന്നും നിഷ്പ്രഭമാവുന്നത് അയാൾ ആസ്വദിക്കുകയായിരുന്നു ഈ ദിവസങ്ങളിൽ.

തന്റെ മുന്നിൽ വന്നു വണങ്ങിനിന്ന പുരോഹിതന്റെ മുഖത്തുനോക്കി അയാൾ പുഞ്ചിരിച്ചു.

"പ്രഭോ, എഴുപതാംദിനം അടുത്തെത്തുകയാണ്.

'ശീലചുറ്റൽ' ഏകദേശം പൂർണ്ണമായിരിക്കുന്നു.

കൈകളിൽ സൂക്തമെഴുതിയ പാപ്പിറസ് ചുരുളുകൾ വച്ചുകഴിഞ്ഞാൽ പിന്നീട് അലങ്കാരപ്പണികളാണ്.

പിന്നീടുള്ള 'വാ തുറക്കൽ' ചടങ്ങു ബലിരക്തത്താൽ ഖബർ നനഞ്ഞതിനു ശേഷം മതിയാവും. അതുവരെയുള്ള എല്ലാ സുരക്ഷയും കുടീരത്തിനു ഏർപ്പെടുത്തിയിട്ടുണ്ട്. എങ്കിലും, ഹോറസ് കുമാരന്റെ മൗനം ആശങ്കാജനകമാണ്"

ഫറവോയുടെ കണ്ണുകളിലെ സന്തോഷം ഒന്നുകൂടി ഇരട്ടിച്ചു, മുണ്ഡനം ചെയ്ത ശിരസിൽ തന്റെ സ്വതസിദ്ധമായ ശൈലിയിൽ വിരലോടിച്ചുകൊണ്ട് അയാൾ പറഞ്ഞു.

"പഴുതടച്ചുള്ള കർമ്മങ്ങളാവണം പുരോഹിത ശ്രേഷ്ഠ നാം തയ്യാറാക്കേണ്ടത്. ഹോറസ് നമ്മുടെ സഹോദരനാണ്. അയാളുടെ കഴിവുകൾ മറ്റാരേക്കാളും അറിയാവുന്നത് നമുക്കാണ്. ആയോധന കലകളിലും മറ്റഭ്യാസങ്ങളിലും മറ്റാരേക്കാളും സമർത്ഥനാണയാൾ . അതിനേക്കാളുപരിയായി സ്നേഹിക്കുന്നവർക്കായി എന്തും നൽകുന്ന പ്രകൃതവും. അങ്ങനെയുള്ളൊരാൾ തന്റെ പ്രണയിനിയുടെ ജീവൻ രക്ഷിക്കുവാൻ വേണ്ടി എന്തെങ്കിലും ഉപായം കണ്ടെത്താതിരിക്കില്ല. അതുകൊണ്ടു നാം ബലിദിനം വരെ ജാഗരൂഗരായിരിക്കണം."

"തീർച്ചയായും പ്രഭോ. കുടീരത്തിൽ കനത്ത കാവലിനുള്ളിലാണ് ബലികന്യകമാരെ ബന്ധിച്ചിരിക്കുന്നത്. എങ്കിലും ഇത്രയേറെ അങ്ങയെ മോഹിപ്പിച്ച മന്ത്രിപുത്രിക്ക് അങ്ങെന്തിനാണ് പ്രഭോ ഇതുപോലൊരു ക്രൂരശിക്ഷ വിധിച്ചത്. ഫറവോ ആയ അവിടുന്നു ഒന്ന് വിരൽ ഞൊടിച്ചാൽ അങ്ങയുടെ കാൽക്കീഴിൽ ഉണ്ടാവില്ലേ അവൾ?"

പുഞ്ചിരിയോടെ കേട്ടുകൊണ്ടിരുന്ന ഫറവോയുടെ കണ്ണുകളിലെ സന്തോഷം കൗശലത്തിനു വഴിമാറി.

പുരോഹിതന്റെ കണ്ണുകളിലേക്ക് നോക്കി അയാൾ ഉറച്ച സ്വരത്തിൽ പറഞ്ഞു.

"ഒരു ഭരണാധികാരി ഏറ്റവും ശ്രദ്ധ കൊടുക്കേണ്ടത് അവന്റെ സിംഹാസനം നിലനിർത്തുന്നതിലാണ് പുരോഹിതാ... പലതും അവനെ ഭ്രമിപ്പിച്ചേക്കാം പക്ഷെ തന്റെ അധികാരത്തിന് വിഘ്നം വരുന്നതെന്തായാലും അത് ഏറ്റവും വേഗം തുടച്ചുനീക്കുകയാണ് അയാൾ ചെയ്യേണ്ടത്."

"അക്കാര്യത്തിൽ സ്വരക്തമാണെങ്കിൽ പോലും യാതൊരുവിധ പരിഗണനയും നൽകേണ്ടതില്ലെന്നാണ് നമ്മുടെ അഭിപ്രായം. സിംഹാസനത്തിന്റെ ഭദ്രതയ്ക്കായി സ്വന്തം മാതാവിനെ തുടച്ചുമാറ്റിയ നാം യാതൊരുവിധ ദുർബലചിന്തകൾക്കും അടിപ്പെടുകയില്ലെന്ന് അങ്ങേയ്ക്ക് മനസിലായിട്ടുണ്ടാവുമെന്ന് കരുതുന്നു."

ഫറവോയുടെ ജ്വലിക്കുന്ന മിഴികളിലേക്ക് നോക്കുമ്പോൾ തന്റെയുള്ളിൽ ഭയം ഉടലെടുക്കുന്നത് പുരോഹിതനറിയുന്നുണ്ടായിരുന്നു.

ശിരസ് വണങ്ങിക്കൊണ്ട് എത്രയും വേഗം അറ വിട്ടിറങ്ങുമ്പോൾ ഫറവോയുടെ അവസാനവാക്കുകൾ തനിക്കു കൂടിയുള്ള താക്കീതാണെന്നു അയാൾക്ക് മനസ്സിലായിരുന്നു.

പുറത്തു നടക്കുന്ന സംഭാഷണങ്ങൾ ശ്രവിച്ചുകൊണ്ടു അന്തപ്പുരത്തിനുള്ളിലെ പ്രസവശുശ്രൂഷഅറയിൽ ലേബറാണി നിശബ്ദയായി ഇരുന്നു. ഭർത്താവിന്റെ ചെയ്തികളോടുള്ള പ്രതിഷേധം ഒരു ചലനം കൊണ്ടുപോലും സൂചിപ്പിക്കാനുള്ള ധൈര്യം അവർക്കുണ്ടായിരുന്നില്ല.

പ്രേതസംരക്ഷണകുടീരത്തിൽ തിരിച്ചെത്തിയശേഷം പുരോഹിതന് തന്റെ കർമ്മങ്ങളിൽ ശ്രദ്ധ ചെലുത്താൻ കഴിഞ്ഞില്ല.

പതിവ് സ്നാനാദികർമ്മങ്ങൾക്കായി നൈൽ നദിയിലേക്കിറങ്ങിയ അയാളുടെ മുന്നിലൂടെ പതിവുപോലെ ചുണ്ണാമ്പുകല്ലുകൾ നിറച്ച ചങ്ങാടങ്ങൾ ഒഴുകിനീങ്ങുന്നുണ്ടായിരുന്നു.

നദിയുടെ കുറച്ചുതാഴെയായി പിരമിഡിന്റെ നിർമ്മാണപ്രവൃത്തികളിൽ ഏർപ്പെട്ടിരിക്കുന്ന തൊഴിലാളികൾ സ്നാനം ചെയ്യുന്നുണ്ടായിരുന്നു. ഖബറിന്റെ മിനുക്കുപണികൾക്ക് ഇത്രയേറെ തൊഴിലാളികൾ എന്തിനാണെന്നു ചിന്തിച്ചുകൊണ്ട് തിടുക്കത്തിൽ സ്നാനാദികർമ്മങ്ങൾ തീർത്ത് അയാൾ സന്ധ്യാപ്രാർത്ഥനയ്ക്കായി കുടീരത്തിലേക്ക് നീങ്ങി.

കുടീരത്തിനുള്ളിലെ അറയിൽ ബന്ധനസ്ഥരായ കന്യകമാരും പ്രാർത്ഥനയിൽ മുഴുകിയിരിക്കുകയായിരുന്നു.

അവസാനനിമിഷത്തിലെങ്കിലും തങ്ങളുടെ ജീവൻ രക്ഷിക്കുവാൻ കാരുണ്യവാനായ ദൈവം അത്ഭുതം പ്രവർത്തിക്കുമെന്ന പ്രതീക്ഷ അവരുടെ ഉള്ളിൽ എവിടെയോ കെടാതെ ബാക്കിനിന്നിരുന്നു.

പ്രാർത്ഥനയ്ക്കിടയിലാണ് വീണ്ടുമാ ശബ്ദം മെർണീതിന്റെ ചെവിയിലെത്തിയത്. ഒറ്റനിമിഷം കൊണ്ട് പിടഞ്ഞെണീറ്റ് അവൾ കിളിവാതിലിനരികിലേക്കോടി.

ചുവരിൽ മുഖം ചേർത്ത് അവൾ കാതോർത്തു.'കേയ'യുടെ ചിനയ്ക്കലിനായി.

അധ്യായം 16

കാത്തിരിപ്പിന്റെ നിമിഷങ്ങൾക്കൊടുവിൽ കിളിവാതിലിലൂടെ വന്നു വീണ പട്ടുതൂവാല വർദ്ധിച്ചുവരുന്ന ഹൃദയമിടിപ്പോടെ മെർണീത് നിവർത്തുനോക്കി. അതിൽ വളരെക്കുറച്ചു വരികൾ മാത്രമേ ഉണ്ടായിരുന്നുള്ളൂ...

“ഭയപ്പെടാതിരിക്കൂ പ്രിയപ്പെട്ടവളേ, കാര്യങ്ങൾ നേർവഴിക്ക് തന്നെയാണ് നീങ്ങുന്നത്.ധൈര്യം കൈവെടിയാതിരിക്കുക”.

അവൾക്ക് നിരാശ തോന്നി. എന്താണ് പദ്ധതി എന്നൊരു സൂചന പോലുമില്ല.

രണ്ടുപ്രാവശ്യം പിതാവ് വന്നു കരഞ്ഞപേക്ഷിച്ചിട്ടും തന്നെ കാണാൻ അനുവദിച്ചില്ലെന്ന് കാവൽക്കാരുടെ സംസാരത്തിൽനിന്നും മനസ്സിലായതാണ്. ഫറവോയുടെ കർശന നിർദേശമുണ്ടത്രേ, തന്നെ ആരെയും കാണിക്കരുതെന്ന്.

അത്രയേറെ പ്രതികാരബുദ്ധി ഉള്ള ഫറവോയുടെ കൈകളിൽ നിന്നും എങ്ങനെയാണ് തന്നെ കുമാരൻ രക്ഷിക്കുക? അതായിരുന്നു അവളുടെ സംശയം. എങ്കിലും തന്റെ പ്രാണപ്രിയനിലുള്ള വിശ്വാസം അവളെ ശുഭപ്രതീക്ഷയോടെ കാത്തിരിക്കുവാൻ പ്രേരിപ്പിച്ചു.

മെർണീതിന് സന്ദേശം കൈമാറി തിരിച്ചെത്തിയ ജോഷ കണ്ടത് കഠിനമായ ആലോചനയിൽ മുഴുകിയിരിക്കുന്ന ഹോറസ് കുമാരനെയാണ്. പതിവിനു വിപരീതമായി ജോഷായെ സന്ദേശമേൽപിച്ചശേഷം കുമാരൻ ഭൂഗർഭവഴിയുടെ കാര്യങ്ങൾ അറിയുവാൻവേണ്ടി ‘മെറി’ യെ സന്ദർശിക്കുവാൻ പോയിരുന്നു.

അദ്ദേഹത്തിന്റെ ആലോചനകൾക്ക് ഭംഗം വരുത്താതെ ജോഷ അറയുടെ ഒരു കോണിൽ നിശ്ശബ്ദമായി ഇരുന്നു.

നാഴികകൾക്ക് ശേഷം എന്തോ തീരുമാനിച്ചുറപ്പിച്ചതുപോലെ ഹോറസ് എഴുന്നേറ്റു.

“ജോഷാ, ബലിദിനത്തിൽ കന്യകമാരെ കൊട്ടാരക്കുളത്തിൽ അവ

സാനസ്നാനത്തിനു കൊണ്ടുപോകുമ്പോൾ അവരെ ധരിപ്പിക്കുന്നത് നമ്മുടെ പരമ്പരാഗതവസ്ത്രമല്ലേ?"

"അതെ പ്രഭോ...ഈററനോടെയാണ് അവരെ ബലി നൽകുക."

"ആ വസ്ത്രം ഒന്ന് രഹസ്യമായി കരുതിവക്കൂ ജോഷ്വാ... നമുക്കത് വേണ്ടിവന്നേക്കും."

"പ്രഭോ... അവിടുന്നു എന്താണ് മനസ്സിൽ കണ്ടിട്ടുള്ളതെന്ന് ദയവായി അടിയനോടെങ്കിലും പറഞ്ഞാലും..അശുഭമായതെന്തോ സംഭവിക്കാൻ പോകുന്നത് പോലെ അടിയന്റെ ഹൃദയം വിറ കൊള്ളുന്നു."

"നമുക്ക് മുന്നിൽ അതല്ലാതെ വേറെ വഴിയില്ല ജോഷ്വാ... നമ്മുടെ പദ്ധതി ഒരുപക്ഷെ ഫറവോ മുൻകൂട്ടി കണ്ടേക്കാം... അങ്ങനെയെങ്കിൽ കാരാഗൃഹവാസത്താൽ തളർന്ന മെർണീതിന് ഒരു വിധത്തിലും ബലി നടക്കുന്ന അറയിൽ നിന്നും ഭൂഗർഭഗുഹ വഴി രക്ഷപ്പെടാൻ കഴിയില്ല.. അതുകൊണ്ട് നാം തീരുമാനിച്ചു... അവൾക്ക് പകരം നാം പോകും ബലിയറയ്ക്കുള്ളിലേക്ക്, വേണ്ടിവന്നാൽ ഒരു ദ്വന്ദയുദ്ധത്തിലൂടെ ആയാലും രക്ഷപ്പെടാൻ നമുക്ക് സാധിക്കും... അതായിരിക്കും കുറച്ചുകൂടി സുരക്ഷിതം. കാരണം, ബലിയറയിൽ മന്ത്രിമുഖ്യനോടൊപ്പം അദ്ദേഹത്തിന്റെ വിശ്വസ്തരാണുണ്ടാവുക. അപ്പോൾ റംസീസിനോട് പൊരുതേണ്ടിവന്നാലും പുറത്തെ ആഹ്ലാദാരവങ്ങൾക്കിടയിൽ അവരൊഴികെ ആരുമറിയില്ല അറയിലെന്താണ് നടക്കുന്നതെന്ന്.

നിശ്ചയദാർഢ്യം തുളുമ്പുന്ന വദനത്തോടെ അറയുടെ കോണിൽ നിന്നും തന്റെ ഉടവാൾ വലിച്ചെടുത്തശേഷം കുമാരൻ വിരൽത്തുമ്പുകൊണ്ട് വാൾത്തലയിൽ തലോടി. രക്തം പൊടിയുന്ന വിരലിലേക്ക് നോക്കി പുഞ്ചിരിച്ചുകൊണ്ട് അദ്ദേഹം പുറത്തേക്കിറങ്ങി.

ജോഷ്വായുടെ മുഖം വിളറിവെളുത്തു.

അയാൾ തിടുക്കത്തിൽ ചാടിയെഴുന്നേറ്റു കുമാരനെ അനുഗമിച്ചു.

"അതപകടമല്ലേ പ്രഭോ? അങ്ങൊരു ഒത്ത പുരുഷനാണ്. സ്ത്രീവേഷത്തിനുള്ളിൽ പുരുഷനാണെന്ന് തിരിച്ചറിഞ്ഞാൽ?"

"അതിന് സാധ്യത വളരെ കുറവാണ് ജോഷ്വ. കാരണം, തിങ്ങിനിൽക്കുന്ന ജനങ്ങൾക്കിടയിലൂടെ ഘോഷയാത്രയായാണ് ബലികന്യകകളെ കൊട്ടാരക്കുളത്തിലേയ്ക്ക് കൊണ്ടുപോകുക. കുളത്തിൽ മൂന്ന് തവണ മുങ്ങിനിവർന്നുകഴിഞ്ഞാൽ നേരെ രഥത്തിലേക്ക്, പിന്നീട് നേരെ പിരമിഡിനുള്ളിലെ ബലിയറയിലേക്കാണ് അവരെ നയിക്കുക. മറ്റാരും കന്യകമാരെ സ്പർശിക്കയില്ല. ഫറവോ റാണിയുടെ അന്ത്യചടങ്ങുകളിൽ സംബന്ധിക്കുവാൻ രാജ്യം മുഴുവനും തെരുവുകളിൽ നിറയു

മ്പോൾ, ആ ജനസാഗരത്തിനുള്ളിൽനിന്നും നമ്മെ തിരിച്ചറിയാനാവില്ല ഫറവോയ്ക്ക്."

ആത്മവിശ്വാസത്താൽ ജ്വലിക്കുന്ന കുമാരന്റെ മുഖത്തേക്ക് നോക്കിയപ്പോൾ ജോഷായ്ക്ക് ഉള്ളിൽ നേർത്ത തണുപ്പ് വീശുന്നതുപോലെ തോന്നി.

"അപ്പോൾ കുമാരിക്കു സന്ദേശം നൽകണ്ടേ പ്രഭോ?"

"തീർച്ചയായും മിത്രമേ, ജലക്രീഡയിൽ വിദഗ്ദയായ അവൾക്ക് ശ്വാസോച്ഛ്വാസം നിയന്ത്രിച്ചു ജലത്തിനടിയിൽ കുറച്ചു നിമിഷങ്ങൾ നിശ്ചലയായിരിക്കുവാൻ ഒരു ബുദ്ധിമുട്ടും ഉണ്ടാവുകയില്ല. മൂന്നുരു മുങ്ങിക്കയറുന്ന മറ്റു നാല് കന്യകമാരോടൊപ്പം മെർണീതിന് പകരം നാമാണ് പുറത്തേക്കിറങ്ങുക.

കുളത്തിന്റെ വടക്കുകിഴക്ക് ഭാഗത്തായി ഒരു രഹസ്യമാർഗമുണ്ട്. അന്തപുരത്തിലെ സ്ത്രീകൾ അതുവഴിയാണ് സ്നാനാദികർമ്മങ്ങൾക്കായി കുളത്തിലേക്ക് പതിവായി വരാറുള്ളത്. അതിനെപ്പറ്റി മെർണീതിനറിയാം. അങ്ങനെയങ്കിൽ രഹസ്യമാർഗം വഴി ഉള്ളിൽ പ്രവേശിക്കുന്ന അവൾക്കായി അന്തപ്പുരവാതിൽക്കൽ നീ കാത്തുനിൽക്കേണം ജോഷാ.. കുമാരിയെ അവിടെനിന്നും സുരക്ഷിതമായി ഒസിരിസ് ദേവന്റെ പ്രാർഥനാകുടീരത്തിനരികിലേക്ക് കൊണ്ടുവരിക.. പിറകിലായൊഴുകുന്ന നൈലിന്റെ പടിഞ്ഞാറുവശത്തു നമ്മുടെ പ്രിയപ്പെട്ട കുതിരയുമായി നിങ്ങൾക്കായി 'മെറി'അവിടെ കാത്തുനിൽക്കുന്നുണ്ടാവും. അദ്ദേഹം തരുന്ന ചങ്ങാടത്തിൽ എത്രയും വേഗം ദൂരേയ്ക്ക് പോകണം."

"അപ്പോൾ... കുമാരാ...അവിടുന്ന്?"

"നിലവറയിൽ നിന്നും ഭൂഗർഭഗുഹ വഴി നാമും അവിടെയെത്തേണ്ടതാണ് ജോഷാ..."

ഒന്നുനിർത്തി,ആലോചനയോടെ കുമാരൻ തുടർന്നു.

"ഇനിയൊരുപക്ഷേ പദ്ധതിയിൽ എന്തെങ്കിലും പാളിച്ച ഉണ്ടായി നമ്മുടെ ജീവൻ ബലിനൽകപ്പെട്ടാലും, കുമാരിയെ രക്ഷിക്കണം നിങ്ങൾ. ആ ഒരു വാഗ്ദാനം നമ്മുടെ പ്രിയമിത്രം എന്ന നിലയിൽ ഈ നിമിഷം നാം അങ്ങയോട് ആവശ്യപ്പെടുകയാണ് ജോഷാ... മറ്റാരേക്കാളും നമ്മുടെ മനസ്സ് താങ്കൾക്ക് മനസ്സിലാകുമെന്ന് കരുതുന്നു."

ഉടവാൾ അരപ്പട്ടയിലെ ഉറയിലേക്ക് നിക്ഷേപിച്ചശേഷം ജോഷായുടെ നേർക്ക് കുമാരൻ തന്റെ വലതുകരം നിവർത്തുപിടിച്ചു. മരവിച്ച മനസ്സുമായി ജോഷ വലതു കൈ ഉയർത്തി ഹോറസിന്റെ കൈകളിലേക്ക് ചേർത്തുവച്ചു. ഇണ നഷ്ട്ടപ്പെട്ടാലുള്ള തീവ്രവേദന എന്തെന്ന് കഴി

ഞ്ഞ അറുപതു ദിവസങ്ങളായി അയാൾ അനുഭവിച്ചുകൊണ്ടിരിക്കയായിരുന്നു. അതുകൊണ്ടുതന്നെ തന്റെ ദുർവ്വിധി മറ്റൊരാൾക്കും വരാതിരിക്കട്ടെയെന്ന് അയാൾ ആഗ്രഹിച്ചു.ഈ സംരംഭത്തിൽ കുമാരനു വേണ്ടി ജീവൻവരെ കൊടുക്കാൻ അയാൾ തയ്യാറായിരുന്നു...

അപ്പോളവർക്ക് പിറകിലായി സൂര്യൻ ഉദിച്ചുയരുന്നുണ്ടായിരുന്നു.

പുലരിയുടെ ആദ്യകിരണങ്ങളുടെ അരണ്ടവെളിച്ചത്തിൽ ബലിഷ്ഠരായ ആ രണ്ടു യുവാക്കളും കൈകൾ കോർത്തുപിടിച്ച് പരസ്പരം കണ്ണിൽ നോക്കിനിന്നു...

അധ്യായം 17

നാളെയാണ് ഫറവോ ഹാഷെപ്സുറ്റു മഹാറാണിയുടെ സംസ്കരണദിനം. പിരമിഡിനുള്ളിൽ ഖബറിന്റെ അവസാന മിനുക്കുപണികളും തീർന്നുകൊണ്ടിരിക്കുന്നു.

മഹാറാണിയുടെ ഭരണത്തെ പ്രകീർത്തിച്ചുകൊണ്ടുള്ള വചനങ്ങൾ പിരമിഡിനുള്ളിലെ ചുവരുകളിൽ അതിമനോഹരമായ വർണ്ണങ്ങളിൽ ചാലിച്ചെഴുതുകയാണ് വിദഗ്ദർ. റാണിക്ക് പ്രിയപ്പെട്ട വളർത്തുമൃഗങ്ങളുടെ ചിത്രങ്ങൾ ജീവൻതുളുമ്പുന്ന മനോഹാരിതയോടെ ചിത്രകാരന്മാർ മറ്റൊരുവശത്തു പൂർത്തിയാക്കിക്കൊണ്ടിരുന്നു.

കൊട്ടാരവും അനുബന്ധകുടീരങ്ങളും പ്രാർത്ഥനാമന്ദിരങ്ങളും അതിമനോഹരമായി അലങ്കരിച്ചിരിക്കുന്നു. തെരുവുകളും ഗൃഹങ്ങളും ദീപപ്രഭയിൽ കുളിച്ചു നിൽക്കുന്നു. എല്ലായിടത്തും ആഹ്ലാദാരവങ്ങൾ മാത്രം. ഇനിയുള്ള ഇരുപത്തിനാലു മണിക്കൂർ ഈജിപ്ത് ജനതയ്ക്ക് ആനന്ദത്തിന്റേതാണ്. അവരുടെ ഫറവോ റാണിയെ ദേവിയായി വാഴിക്കുന്ന ചടങ്ങാണ് നാളെ നടക്കാൻ പോകുന്നത്.

തെരുവുകളിൽ അങ്ങിങ്ങായി ഭക്ഷണശാലകൾ തുറന്നിരുന്നു.റൊട്ടിയും മാംസവും മത്സ്യവും വീഞ്ഞും മതിവരുവോളം സൗജന്യമായി ജനങ്ങൾക്ക് വിളമ്പുന്നുണ്ടായിരുന്നു.

എല്ലാ മുഖങ്ങളിലും ആഹ്ലാദം അലതല്ലി. അനുബിസ് ദേവന്റെ പ്രാർത്ഥനാഗീതങ്ങൾ ആരാധനാലയങ്ങളിൽ മുഴങ്ങുന്നുണ്ടായിരുന്നു.

താഴെ നടക്കുന്ന ആഹ്ലാദാരവങ്ങൾ ശ്രദ്ധിച്ചുകൊണ്ട് തീർത്തും നിർവ്വികാരനായി മന്ത്രിമന്ദിരത്തിന്റെ മട്ടുപ്പാവിൽ വൃദ്ധനായ മന്ത്രിമുഖ്യൻ നിന്നു. നാളെ നടക്കാനിരിക്കുന്ന ബലിയായിരുന്നു വൃദ്ധന്റെ മനസ്സിൽ. ഹോറസിന്റെ നിർദേശമനുസരിച്ചു, തന്റെ അധീനതയിൽ നിൽക്കുന്ന ആളെത്തന്നെയാണ് ബലികർമ്മം നടത്താൻ മന്ത്രിമുഖ്യൻ ചട്ടംകെട്ടിയിരുന്നത്.

നാളത്തെ സംഭവങ്ങളെക്കുറിച്ചു ഓർക്കുമ്പോളൊക്കെ അയാളുടെ ഹൃദയം കിടുങ്ങിവിറച്ചു.തന്റെ ഉള്ളിലെ പരവേശം മുഖത്തു കാണിക്കാതിരിക്കാൻ അദ്ദേഹത്തിന് നന്നേ ക്ലേശപ്പെടേണ്ടിവന്നു.

ചെറിയൊരു പിഴപോലും തന്റെ പുത്രിയുടെ ജീവന്റെ വിലയാവുമെന്ന് അദ്ദേഹത്തിന് ഉത്തമബോധ്യമുണ്ടായിരുന്നു.

കഴിഞ്ഞ കുറച്ചുദിവസങ്ങളിലെ പരീക്ഷണങ്ങൾ വൃദ്ധനെ തീർത്തും തളർത്തിയിരുന്നുവെങ്കിലും അത് പ്രകടിപ്പിക്കാതെ തന്റെ കർത്തവ്യങ്ങൾ ഭംഗിയായി ചെയ്യുന്ന മന്ത്രിയായിത്തന്നെ ഫറവോയുടെ മുൻപിൽ അദ്ദേഹം കരുതലോടെ നിലകൊണ്ടു.

പ്രേതസംരക്ഷണകുടീരത്തിൽ ആയിരുന്നു ഫറവോ റംസീസ്. ഫറവോറാണിയുടെ ശരീരത്തിൽ പുതുവസ്ത്രങ്ങളും ആഭരണങ്ങളും ധരിപ്പിക്കുന്ന ചടങ്ങിനുശേഷം സ്വർണ്ണനിർമ്മിതമായ അനുബിസ് ദേവന്റെ മുഖംമൂടി കൊണ്ട് പ്രേതത്തിന്റെ മുഖം മറയ്ക്കുകയാണ്. അടുത്ത ഘട്ടം സ്വർണ്ണവും രത്നവും പൊതിഞ്ഞ ശവപ്പെട്ടിക്കുള്ളിൽ കിടത്തുകയാണ്. അതോടെ ഇവിടുത്തെ ചടങ്ങുകൾ തീരുകയാണ്.ഇനിയുള്ളത് നാളെ പിരമിഡിനുള്ളിൽ വച്ചാണ്.

അഞ്ചു കന്യകമാരും കുടീരത്തിനുള്ളിൽ അവസാനനിമിഷം അടുത്തെത്തിയെന്ന തിരിച്ചറിവിൽ തളർന്നിരിക്കുകയാണ്. മെർണീത് മാത്രം അവസാനം ലഭിച്ച സന്ദേശത്തിലെ നിർദേശമനുസരിച്ചു കൂടുതൽ സമയം ശ്വാസത്തെ പിടിച്ചുനിർത്തുവാൻ പരിശീലിക്കുകയായിരുന്നു.

നാളെ കൊട്ടാരക്കുളത്തിൽ മുങ്ങിക്കഴിഞ്ഞാൽ ഉടൻതന്നെ ഊളിയിട്ടു വടക്കുകിഴക്ക് ഭാഗത്തുള്ള രഹസ്യമാർഗ്ഗത്തിലൂടെ അന്തഃപുരത്തിലേക്ക് പ്രവേശിക്കുവാനാണ് അവൾക്ക് ലഭിച്ചിരിക്കുന്ന നിർദേശം.

അന്തപ്പുരത്തിനു പുറത്തു കാത്തുനിൽക്കുന്ന ജോഷ്വ തന്നെ എത്രയുംവേഗം കുമാരനരികിൽ എത്തിക്കും.. ആ ഒരു നിമിഷം തടസ്സങ്ങളില്ലാതെ വന്നുചേരുവാൻ അവൾ ഹാതർ ദേവിയോട് പ്രാർത്ഥിച്ചുകൊണ്ടേയിരുന്നു.

പിരമിഡിനകത്തെ കരകൗശലവേലകൾ വീക്ഷിക്കുവാൻ എന്ന ഭാവേന വന്ന ഹോറസ് കുമാരന്റെയും അദ്ദേഹത്തിന്റെ മിത്രങ്ങളായ ജോഷ്വായുടെയും മെറിയുടെയും അവസ്ഥയും ഭിന്നമായിരുന്നില്ല. മൂന്നുമുഖങ്ങളും വരാനിരിക്കുന്ന നിമിഷങ്ങളുടെ ചിന്തയിൽ മരവിച്ചിരുന്നു.

ചെറിയൊരു പിഴ മതി രാജ്യദ്രോഹികളായി മുദ്രകുത്തി തങ്ങളുടെ ശിരച്ഛേദം നടത്തുവാൻ എന്ന തിരിച്ചറിവും കരുതലും അവരുടെ ഓ

രോ പ്രവൃത്തിയിലും നിഴലിച്ചു.

കുറച്ചകലെ അമ്പലത്തിനു മുന്നിലായി ഫറവോറാണിയുടെ കൂറ്റൻ പ്രതിമ സ്ഥാപിക്കുകയായിരുന്നു നൂറോളം അടിമകൾ. ഹോറസ് പതുക്കെ അങ്ങോട്ടേക്ക് നീങ്ങി. മഹാറാണിയുടെ പരമ്പരാഗത രീതിയിലുള്ള പുരുഷഫറവോവേഷത്തിലുള്ള വിഗ്രഹമായിരുന്നു അടിമകൾ അവിടെ സ്ഥാപിച്ചുകൊണ്ടിരുന്നത്.

അദ്ദേഹം നിശ്ചലനായി ആലോചനയോടെ, അടിമകൾക്ക് നിർദേശം നൽകുന്ന സൈന്യാധിപന്റെ പ്രവൃത്തികൾ വീക്ഷിച്ചുകൊണ്ടുനിന്നു.

പ്രേതസംരക്ഷണകുടീരത്തിൽ നിന്നും പുറത്തേക്ക് വന്ന ഫറവോയെ അനുഗമിച്ചുകൊണ്ട് മുഖ്യപുരോഹിതനും ഉണ്ടായിരുന്നു.

“കിഴക്ക് വെള്ള കീറുന്നതോടെ ചടങ്ങുകൾ ആരംഭിക്കാം പ്രഭോ. പിരമിഡിനുള്ളിലേക്കുള്ള നിധികുംഭങ്ങളും പായ് വഞ്ചിയും മറ്റു സാധനസാമഗ്രികളും ചുമക്കുവാനുള്ള അടിമകളും എത്തിച്ചേർന്നിട്ടുണ്ട്.”

“നാളത്തെ ചടങ്ങു നമ്മുടെ ആഗ്രഹം പോലെ ഭംഗിയായാൽ...’

ക്രൂരമായ കണ്ണുകളിൽ കൗശലം നിറച്ചുകൊണ്ട് ഫറവോ പുരോഹിതന്റെ ചുമലിൽ കരതലമമർത്തികൊണ്ട് തുടർന്നു.

“ഈജിപ്തിന്റെ മന്ത്രിസിംഹാസനം നിങ്ങൾക്കുള്ളതാവും.”

കേട്ടവാർത്ത വിശ്വസിക്കാനാവാതെ തിളങ്ങുന്ന കണ്ണുകളിൽ ദുരാഗ്രഹത്തിന്റെ ആർത്തിയുമായി അയാൾ ഫറവോയ്ക്ക് നേരെ തിരിഞ്ഞു.

“അപ്പോൾ മന്ത്രിമുഖ്യൻ?”

“സ്വന്തം പുത്രിയുടെ ബലി കൺമുന്നിൽ കാണുന്നതോടെ ഒന്നുകിൽ അയാൾ ഹൃദയം പൊട്ടി മരിക്കും. അല്ലെങ്കിൽ എല്ലാം ഉപേക്ഷിച്ചു സഞ്ചാരിയായി ഇറങ്ങിപ്പോകും. അങ്ങനെ പോയാൽ മന്ത്രിമുഖ്യന് കുറച്ചുകാലം കൂടി പ്രാണനോടെയിരിക്കാം... നമ്മുടെ രാജ്യത്തിന് അയാളെ ഇനി ആവശ്യമില്ല.”

ക്രൂരത ഓളം വെട്ടുന്ന ഫറവോയുടെ മുഖത്തേക്ക് നോക്കിനിൽക്കുമ്പോൾ പുരോഹിതന്റെ മുഖത്തു അത്യാഹ്ലാദത്തിന്റേതായ ഒരു പുഞ്ചിരി വിടർന്നു... അതോടൊപ്പം തന്നെ ചെറിയൊരു ഭയാശങ്കയും അയാളെ അലട്ടുന്നുണ്ടായിരുന്നു.

“പ്രഭോ, ഹോറസ് കുമാരന്റെ നീക്കങ്ങളിൽ എന്തെങ്കിലും അങ്ങേയ്ക്ക് സംശയകരമായിട്ട് കാണാൻ കഴിഞ്ഞുവോ ?”

“ഇതുവരെ എല്ലാം കൃത്യമാണ് പുരോഹിതാ... എങ്കിലും നാളത്തെ ദിനം. അതിന്റെ പ്രാധാന്യം ആരെക്കാളും നമുക്കറിയാം.

അതുകൊണ്ടുതന്നെ കാര്യങ്ങൾ തീരുവോളം കൃത്യമായ നമ്മുടെ മേൽനോട്ടവും ഉണ്ടായിരിക്കും."

ഫറവോയുടെ മുഖത്തെ ആത്മവിശ്വാസം പുരോഹിതന്റെ മനസ്സിലും ധൈര്യത്തിന്റെ തിരികൊളുത്തി.തനിക്ക് വരാൻ പോകുന്ന മഹാസൗഭാഗ്യത്തെ കുറിച്ചോർത്തപ്പോൾ അയാൾക്ക് ആഹ്ലാദം കൊണ്ട് തുള്ളിച്ചാടാൻ തോന്നി.

അധ്യായം 18

ആ രാവിൽ കൊട്ടാരത്തിൽ ആരെയും നിദ്രാദേവി അനുഗ്രഹിച്ചില്ല. സൂര്യദേവനായ 'റാ'യുടെ കിരണങ്ങൾ ഭൂമിയിൽ പതിച്ചതിന് ശേഷമേ കർമ്മങ്ങൾ തുടങ്ങുകയുള്ളു.

പുലർച്ചയോടെ എല്ലാവരും ഒരുക്കങ്ങളെല്ലാം പൂർത്തിയാക്കി കർമ്മ ങ്ങളിൽ പങ്കെടുക്കുവാൻ തയ്യാറായിക്കഴിഞ്ഞിരുന്നു.

സ്നാനാദികർമ്മങ്ങൾക്കുശേഷം അണിയിച്ചൊരുക്കിയ ബലികന്യ കകളെ കൊട്ടാരവളപ്പിലുള്ള മരണദേവനായ അനുബിസിന്റെ പ്രാർത്ഥ നാമന്ദിരത്തിൽ എത്തിച്ചിട്ടുണ്ട്. അവിടെ നടക്കുന്ന പൂജാകർമ്മങ്ങളിൽ പങ്കെടുത്തശേഷം 'റാ'ദേവന്റെ രശ്മികൾക്ക് തീക്ഷ്ണതയേറുമ്പോൾ, ഉച്ചയോടെ, കൊട്ടാരക്കുളത്തിൽ മൂന്നുരു മുങ്ങിനിവർന്നു ശുദ്ധിയോടെ ഘോഷയാത്രയായി അവരെ പിരമിഡിനുള്ളിലേക്ക് ആനയിക്കും.

ഫറവോ റാണിക്കുള്ള കാഴ്ചദ്രവ്യങ്ങളും നിധിശേഖരവും മറ്റു വസ് തുവകകളും ചുമന്നുകൊണ്ട് അടിമകളും അവരെ അനുഗമിക്കും.

പിരമിഡിനുള്ളിൽ കടക്കുന്നതോടെ കന്യകകളെ ബലിയറയിലേക്കു മാറ്റും.

സംസ്കാരകർമ്മങ്ങൾക്കിടയിൽ ഖബറിടത്തിനരികിൽ നിന്നും പു രോഹിതൻ അടയാളശബ്ദം ഉയർത്തുമ്പോൾ ബലി നടപ്പിലാകും. രക്തം ഓവുചാൽ വഴി അടുത്ത അറയിലെ ഖബറിലേക്കൊഴുകിതീരുമ്പോൾ കബന്ധങ്ങൾ താഴെയുള്ള ഇരുട്ടറയിലേക്ക് തള്ളപ്പെടും.

സമയം അടുത്തുവരികയാണ്... ഭയം കൊണ്ട് മെർണീതിന്റെ ശരീ രം വിറച്ചുതുടങ്ങി. ശിരോവസ്ത്രത്തിനിടയിലൂടെ അവൾ കണ്ണുകൾ വ ലതുവശത്തേക്ക് പായിച്ചു. അവിടെ തന്നെത്തന്നെ നോക്കി പുഞ്ചിരി യോടെ നിൽക്കുന്ന തന്റെ പ്രാണനാഥനെ കണ്ടതോടെ അവളുടെ മന സ്സിൽ അതിജീവിക്കുവാനുള്ള ആഗ്രഹം വന്നു നിറഞ്ഞു.

ഹോറസിന്റെ മനസ്സിൽ മറ്റു പല ചിന്തകളുമായിരുന്നു. നേരം പുലർ ന്നു വെയിലുദിച്ചിട്ടും ഫറവോ റംസീസിനെ പ്രാർത്ഥനാമന്ദിരത്തിലോ

ഘോഷയാത്രയിലോ കണ്ടില്ല.അന്വേഷിക്കാൻപോയ ജോഷ്വ ഇതുവരെ തിരിച്ചെത്തിയിട്ടുമില്ല. പെട്ടന്നാണ് പുറകിൽ നിന്ന് ആരോ തന്നെ വിളിക്കുന്നത് ഹോറസ് കേട്ടത്.

"കുമാരനെ എത്രയും പെട്ടന്ന് ഫറവോയുടെ മുന്നിലേക്ക് ആനയിക്കുവാൻ കല്പനയുണ്ട്. ദയവായി ഞങ്ങളോടൊപ്പം വന്നാലും."

തന്റെ മുന്നിൽ നിൽക്കുന്ന ഫറവോയുടെ അംഗരക്ഷകരെ അടിമുടി വീക്ഷിച്ചു ഹോറസ്...

ഇപ്പോൾ ഇവിടെയൊരു ബഹളം നടന്നാൽ ഗുണത്തേക്കാളേറെ ദോഷമാണുണ്ടാവുകയെന്നു അദ്ദേഹത്തിന് ബോധ്യമുണ്ടായിരുന്നു.

അതുകൊണ്ടുതന്നെ നിശ്ശബ്ദനായി അദ്ദേഹം അംഗരക്ഷകരെ അനുഗമിച്ചു.

അന്തപ്പുരത്തിനു പുറത്തുള്ള ഉദ്യാനത്തിലെ ഇരിപ്പിടത്തിലായിരുന്നു ഫറവോ റംസീസ്. ഹോറസിനെ കണ്ടതോടെ ഇരിപ്പിടത്തിൽ നിന്നെണീറ്റ ശേഷം തിടുക്കത്തിൽ നടന്നുവന്നു സ്നേഹപൂർവ്വം ചുമലിൽ സ്പർശിച്ചശേഷം അദ്ദേഹം പറഞ്ഞു

"കുമാരാ...നൈൽ നദിക്കരയിൽ നമ്മുടെ പ്രിയമിത്രമായ 'അമീനോഫിസ്' റാണിമാതയുടെ സംസ്കാരച്ചടങ്ങിൽ പങ്കെടുക്കുവാനായി എത്തിച്ചേർന്നിട്ടുണ്ട്.

എത്രയും വേഗം താങ്കൾ ആവശ്യത്തിനുള്ള പടയാളികളെയും കൊണ്ടുപോയി അദ്ദേഹത്തെ അർഹിക്കുന്ന ആചാരമര്യാദകളോടെ പ്രാർത്ഥനാമന്ദിരത്തിലേക്ക് കൂട്ടികൊണ്ടുവരിക."

ഹോറസിന്റെയുള്ളിൽ ഒരു പ്രകമ്പനം തന്നെ നടന്നു. തന്റെയുള്ളിലെ നടുക്കം മുഖത്തു വരാതിരിക്കുവാൻ അദ്ദേഹം പണിപ്പെടുന്നുണ്ടായിരുന്നു.

ഇത് മനഃപൂർവ്വം തന്നെ മാറ്റിനിർത്തുവാനുള്ള തന്ത്രമോയെന്നു കുമാരൻ സംശയിച്ചു. പക്ഷെ ബലിപൂജയ്ക്ക് ഇനിയും നാഴികകൾ ബാക്കിയുണ്ട്. ഇപ്പോൾത്തന്നെ പുറപ്പെട്ടാൽ തീർച്ചയായും ഫറവോയുടെ സ്നേഹിതനെയും ആനയിച്ചു ഒരു നാഴികയ്ക്കുള്ളിൽ മടങ്ങിവരാൻ കഴിയും. എതിർത്തിട്ടും കാര്യമില്ലെന്ന് കുമാരനറിയാമായിരുന്നു.

ഫറവോയുടെ കണ്ണുകളിലേക്ക് സൂക്ഷ്മമായി നോക്കിയ കുമാരന് അയാളുടെ പതിവ്കൗശലത്തിനു പകരം നിറഞ്ഞ സന്തോഷമാണ് കാണാൻ കഴിഞ്ഞത്.

"തീർച്ചയായും പ്രഭോ... ഇപ്പോൾത്തന്നെ പുറപ്പെടുകയാണ് നാം."

തിടുക്കത്തോടെ പിന്തിരിഞ്ഞുനടക്കുന്ന ഹോറസിനെനോക്കി ക്രൂര

മായി പുഞ്ചിരിച്ചുകൊണ്ട് ഫറവോ തന്റെ മുണ്ഡനം ചെയ്ത ശിരസ്സിൽ വിരലോടിച്ചു.

ഹോറസും അനുചരവൃന്ദവും വീഥിയിലെ തിരക്കുകൾക്കിടയിലൂടെ നൈൽനദിയെ ലക്ഷ്യമാക്കി രഥം പായിക്കുന്നതും നോക്കിക്കൊണ്ടു മട്ടുപ്പാവിൽ ഫറവോ നിശ്ചലനായി നിൽക്കുന്നുണ്ടായിരുന്നു.

പിന്നീടുള്ള ചലനങ്ങൾ ദ്രുതഗതിയിലായിരുന്നു. പരിചാരകർ കറുത്ത പട്ടുവസ്ത്രത്തിനു മുൻവശത്തു സ്വർണംകൊണ്ടു കഴുകനെ തുന്നിച്ചേർത്ത മുട്ടിനുതാഴെവരെ ഇറക്കമുള്ള വസ്ത്രം ഫറവോയെ അണിയിച്ചു. തുടർന്ന് സ്വർണ്ണനൂൽ തുന്നിച്ചേർത്ത നീളമുള്ള അങ്കി ശരീരത്തിന് കുറുകെ ചേർത്തുവച്ചശേഷം വജ്രക്കല്ലുകൾ പിടിപ്പിച്ച സ്വർണ്ണ അരപ്പട്ടയും തോൾവളകളും ധരിപ്പിച്ചു.

അതിനുശേഷം അരികിൽ സ്വർണ്ണമുത്തുകൾ തുന്നിച്ചേർത്ത ഫറവോയുടെ സ്വർണ്ണമേലങ്കിയും

മുത്തുപതിപ്പിച്ച,പടച്ചട്ടയും ധരിപ്പിച്ചു.

എല്ലാത്തിനുമൊടുവിലായി വജ്രം പതിപ്പിച്ച കൈവളകളും വള്ളികളിൽ പുഷ്യരാഗം പതിപ്പിച്ച തുകൽചെരിപ്പുകളും അണിയിച്ചു. വജ്രനിർമ്മിതമായ ഈജിപ്തിലെ ഭരണാധികാരിയുടെ കിരീടവുമണിഞ്ഞു കൊണ്ട്.

സുഗന്ധദ്രവ്യങ്ങളുടെ മാസ്മരികഗന്ധവുമേന്തി എല്ലാവിധ രാജപ്രൗഢിയുമായി അദ്ദേഹം ചടങ്ങുകൾക്കായി പുറപ്പെട്ടു.

മുദ്ര വച്ച കിരീടം ധരിച്ചുകൊണ്ട് പ്രാർത്ഥനാമന്ദിരത്തിലേക്ക് എഴുന്നള്ളിയ ഫറവോയെ കണ്ടപ്പോൾ ബഹുമാനസൂചകമായി ജനമൊന്നടങ്കം എഴുന്നേറ്റു വണങ്ങി. പ്രാർത്ഥന ചൊല്ലുന്ന പുരോഹിതൻ എഴുന്നേറ്റുവന്നു ഫറവോയെ വണങ്ങി. ഫറവോ പുരോഹിതനിലേക്ക് ദൃഷ്ടി തിരിച്ചു.

"പ്രഭോ, പതിവിനു വിരുദ്ധമായി കന്യകാബലിക്കുള്ള മുഹൂർത്തം ഇപ്രാവശ്യം നേരത്തെയാണ്. എത്രയും പെട്ടന്ന് ചടങ്ങുകൾ ആരംഭിക്കേണ്ടിയിരിക്കുന്നു."

"എങ്കിൽ വൈകിക്കേണ്ട പുരോഹിതരെ.,എത്രയും വേഗം കന്യകമാരെ കൊട്ടാരക്കുളത്തിലേക്ക് ആനയിച്ചാലും.ഘോഷയാത്രയ്ക്കുള്ള ഒരുക്കങ്ങളും തുടങ്ങട്ടെ."

ഫറവോയുടെ ആജ്ഞയിൽ മെർണീതിന്റെയും സഖിമാരുടെയും ഹൃദയം നടുങ്ങിവിറച്ചു. അവൾ ഒരാശ്രയത്തിനായി ഹോറസ് നിന്നിടത്തേക്ക് നോക്കി.

ഇല്ല... അദ്ദേഹം അവിടെയില്ല... അവളുടെയുള്ളിൽ ഭയാശങ്കകൾ നിറഞ്ഞു. വിറയ്ക്കുന്ന കാലുകളോടെ നിൽക്കുന്ന അവളെ മറ്റു തോഴിമാരോടൊപ്പം ആരോ കുളക്കടവിലേക്ക് തള്ളിനീക്കി.

പിറകിൽ പ്രാർത്ഥനാമന്ത്രങ്ങൾ ഉയർന്നു. അഞ്ചു യുവതികളും തളരുന്ന ശരീരവും പേറി കുളത്തിലെ ജലത്തിലേയ്ക്ക് അരയൊപ്പം ഇറങ്ങിനിന്നതോടെ ജപങ്ങൾ ഉച്ചസ്ഥായിയിലായി.

അധ്യായം 19

കണ്ണടച്ചുകൊണ്ട് അഞ്ചു കന്യകകളും ജലത്തിൽ മുങ്ങി. ആദ്യത്തെ മുങ്ങലിൽ തന്നെ തന്റെ വലതുകരത്തിൽ മറ്റൊരു കരതലം അമരുന്നത് മെർണീത് അറിഞ്ഞു.

ബലിഷ്ഠമായ ആ കൈകൾ അവളെ വടക്കുകിഴക്ക് ഭാഗത്തേക്ക് വലിച്ചുനീക്കി.പ്രാണഭയത്താൽ തളർന്നിരുന്ന അവൾ മറ്റൊന്നും ആലോചിക്കാതെ ജലത്തിനടിയിലേക്ക് ഊളിയിട്ടുകൊണ്ട് കുളത്തിന്റെ വടക്കുകിഴക്കേ അതിരിലേക്ക് നീന്തി.

മൂന്നുരു മുങ്ങിയ അഞ്ചു കന്യകകളും കുനിഞ്ഞ ശിരസും വിറയ്ക്കുന്ന ഉടലുമായി രഥത്തിൽ കയറി. ഇനിയാരും അവരെ തൊട്ടശുദ്ധമാക്കാൻ പാടില്ല.

സാധനസാമഗ്രികൾ ചുമക്കുന്ന അടിമകൾക്ക് പുറകെ ആ തേരും അടിവച്ചടിവച്ചു നീങ്ങി. തൊട്ടുപിറകിൽ മറ്റൊരു തേരിൽ മന്ത്രിമുഖ്യനും ബലികർമ്മം നടത്തേണ്ടയാളും, അതിനു പിറകിലുള്ള ഏഴുകുതിരകളെ പൂട്ടിയ തേരിലാണ് ഫറവോയും മുഖ്യപുരോഹിതനും.

ഫറവോയുടെ മുഖം ആനന്ദഭരിതമായിരുന്നു.ഇന്നത്തോടെ തന്റെ മുന്നിലെ വിഘ്നങ്ങൾ എല്ലാം തീരുകയാണെന്ന ആഹ്ലാദം അയാളുടെ മുഖത്തു തെളിഞ്ഞുകണ്ടു.

അവസാനത്തെ ആളും കുളപ്പടവിൽനിന്നും പുറത്തേക്കിറങ്ങിയതോടെ മെർണീത് തന്റെ ശിരസ് ജലോപരിതലത്തിലേക്കുയർത്തി ദീർഘമായി നിശ്വസിച്ചു. തലയധികം ഉയർത്താതെ ഇഴഞ്ഞുകൊണ്ട് അവൾ അന്തപ്പുരത്തിലേക്കുള്ള രഹസ്യമാർഗ്ഗത്തിലേക്ക് ഊളിയിട്ടു നീന്തി. ഹാഷെപ്സുറ്റു റാണിയുടെ ഭരണകാലത്തു ഈജിപ്തിലെ സ്ത്രീകൾക്ക് നല്ല പരിഗണന ലഭിച്ചിരുന്നു. റാണിയുടെ ആശയമായിരുന്നു അന്തപുരസ്ത്രീകൾക്ക് മാത്രമായി കുളത്തിലേക്കൊരു നടപ്പാത.

ഇടുങ്ങിയ നടപ്പാതയിലേക്ക് പ്രവേശിച്ചശേഷം അവൾ കരുതലോടെ മുന്നോട്ട് നടന്നു.

അന്തപ്പുരത്തിനുള്ളിലെ തളത്തിലേക്കാണവൾ ചെന്നെത്തിയത്. അവിടമെല്ലാം അവൾക്ക് ചിരപരിചിതമായിരുന്നു.

ചടങ്ങു നടക്കുന്നിടത്തേക്കു എല്ലാവരും പോയതിനാലാവാം, കനത്ത നിശബ്ദത ആയിരുന്നു അവിടെ...

ശ്രദ്ധയോടെ അന്തപ്പുരത്തിനു പുറത്തേക്ക് നീങ്ങിയ അവളുടെ തോളിൽ പിറകിൽ നിന്നും ഒരു കൈ ശക്തിയായി പതിഞ്ഞു.

"ബലികന്യകയായ നീയെങ്ങനെ അന്തപ്പുരത്തിലെത്തി ?എങ്ങനെയാണ് നീ രക്ഷപ്പെട്ടത്? എത്രയും വേഗം ഫറവോയെ വിവരമറിയിക്കു തോഴിമാരെ..."

തളർന്ന ശിരസ് തിരിച്ചവൾ ആ ശബ്ദത്തിന്റെ ഉടമയെ നോക്കി.

ലേബ റാണി. ഫറവോയുടെ പട്ടമഹിഷി. പ്രസവശുശ്രൂഷ നടക്കുന്നതിനാലാവാം ചടങ്ങിൽ പങ്കെടുക്കാൻ അവർ പോകാതിരുന്നത്. മെർണീതിന് തന്റെ ശരീരം തളരുംപോലെ തോന്നി.

ഇത്രയും സമയം താനും തനിക്കായി തന്റെ പ്രിയപ്പെട്ടവരും ചെയ്ത എല്ലാ പദ്ധതികളും തന്റെ ശ്രദ്ധക്കുറവ് മൂലം തകർന്നിരിക്കുന്നു.അവൾ പൊട്ടിക്കരഞ്ഞുകൊണ്ട് റാണിയുടെ കാൽക്കലേയ്ക്ക് വീണു കൊണ്ട് യാചിച്ചു.

"അവിടുത്തെ പ്രഭുവായ ഫറവോയ്ക്ക് കീഴടങ്ങാത്തതിന് അദ്ദേഹം ചെയ്ത വഞ്ചനയാണ് ഇന്നത്തെ ബലി എന്ന് അവിടുത്തേക്കും അറിവുള്ളതല്ലേ റാണി... ഓർമ്മവച്ചനാൾ മുതൽ സ്നേഹിച്ച, ആദ്യമായി പ്രണയിച്ച, പുരുഷന്റെ കൂടെ ജീവിക്കുവാൻ വേണ്ടി മാത്രമാണ് ഈയുള്ളവൾ ഈ സാഹസം ചെയ്തത്. അവിടുത്തെ പാദങ്ങളിൽ വീണുകേഴുകയാണടിയൻ... ദയവ് കാണിച്ചാലും റാണി."

താനഭിമുഖീകരിക്കുവാൻപോകുന്ന ഭീകരമായ ഭവിഷ്യത്തിനെ കുറിച്ചോർത്ത ആ പാവം യുവതി ലേബ റാണിയുടെ പാദങ്ങളിലേക്ക് മോഹാലസ്യപ്പെട്ടുവീണുപോയി.

പുറത്തുകാത്തിരിക്കുന്ന ജോഷയും തന്റെ ലക്ഷ്യവും അവൾക്ക് ഓർമ്മയിലുണ്ടായിരുന്നില്ല. എന്തുവേണമെന്നറിയാതെ റാണി ആലോചനാഭരിതയായി.

ഫറവോ റാണിയുടെ ശുശ്രൂഷ ഏറ്റെടുത്തശേഷമുള്ള ദിനങ്ങളിൽ പലവുരു കണ്ടിട്ടുണ്ട് മന്ത്രിപുത്രി മെർണീതിനെ. ഏറ്റവും നിർമ്മലമായ മുഖഭാവത്തോടെ, മനോഹരമായി, വിനയപൂർവ്വം പുഞ്ചിരിക്കുന്ന അതിസുന്ദരിയായ പെൺകുട്ടി.

ഒടുവിൽ സ്ത്രീലമ്പടനായ തന്റെ ഭർത്താവ് അവളെ സ്വന്തമാക്കാൻ

വേണ്ടി ചെയ്തുകൂട്ടുന്ന പ്രവൃത്തികളെപ്പറ്റി അറിഞ്ഞതോടെ അവളോടു അറിയാതൊരകൽച്ച തോന്നിയിരുന്നു. പ്രതികരിക്കാനുള്ള അവകാശമില്ലാത്തതിനാൽ എല്ലാം സഹിച്ചുകൊണ്ട് അന്തപ്പുരത്തിനുള്ളിൽ ഒതുങ്ങി. അതിനിടയിലും പുറത്തെ വിശേഷങ്ങൾ തോഴിമാർ കൃത്യമായി അറിയിക്കുന്നുണ്ടായിരുന്നു.

ഇപ്പോൾ വേണമെങ്കിൽ ഇവളെ തനിക്ക് ബലിപീഠത്തിലേക്ക് തിരിച്ചയക്കാം. പക്ഷെ, അതുകൊണ്ട് സ്ത്രീലമ്പടനായ ഫറവോയുടെ ദുശ്ശീലങ്ങൾ മാറുമോ? ഒരു കുഞ്ഞിന്റെ നിഷ്കളങ്കതയോടെ മയങ്ങിക്കിടക്കുന്ന ആ കന്യകയുടെ മുഖത്തേക്ക് നോക്കിയപ്പോൾ റാണിക്ക് ഒരു തീരുമാനത്തിലെത്താൻ കഴിഞ്ഞില്ല. എല്ലാറ്റിലുമുപരിയായി മാതാവാകാനുള്ള തന്റെ അഭിലാഷം പൂർത്തീകരിക്കപ്പെട്ടത് മന്ത്രിവര്യൻ നൽകിയ ഔഷധസേവയിലൂടെയാണ്. അതിന്റെ കടപ്പാട് താനെങ്ങനെ വിസ്മരിക്കുമെന്ന ചിന്തയും റാണിയിൽ ചിന്താകുഴപ്പമുണ്ടാക്കി.

* * * * *

ഘോഷയാത്ര പിരമിഡിനടുത്തെത്തി.

മരണദേവന്റെ സൂക്തങ്ങൾ ഉറക്കെച്ചൊല്ലുന്ന ജനങ്ങൾക്കിടയിലൂടെ റാണിയുടെ ശവമഞ്ചവും പിറകിലായി സിട്രയിനിന്റെ ശവമഞ്ചവും കണക്കില്ലാത്ത ധനവും മറ്റു സാമഗ്രികളും പിരമിഡിനുള്ളിലേക്ക് നീങ്ങി. അതിനു പിറകിലായി ബലികന്യകമാരും മന്ത്രിമുഖ്യനും കർമ്മിയും. ഏറ്റവും പിറകിൽ എല്ലാം വീക്ഷിച്ചുകൊണ്ട് ഉള്ളിലേക്ക് നടന്ന മുഖ്യപുരോഹിതനാണ് ആ കാഴ്ച്ച ശ്രദ്ധിച്ചത്.കന്യകമാരിൽ ഒരുവൾക്ക് അസാധാരണമായ ഉയരം. അത് ആർക്കും മനസിലാവാതിരിക്കാനാവാം

അവൾ ഒരു വളവോടെയാണ് നടക്കുന്നത്. അയാളുടെ ഉള്ളിൽ ഒരു പ്രകമ്പനമുണ്ടായി . അറിയാതെ അയാളുടെ ഉള്ളിൽനിന്നും ഒരു നിലവിളി പുറത്തേക്കൊഴുകി.

“പ്രഭോ..ചതി.. ചതി നടന്നിരിക്കുന്നു പ്രഭോ...”

പുരോഹിതന്റെ ജല്പനങ്ങൾ മനസ്സിലാവാതെ ഫറവോ അയാളെ തുറിച്ചുനോക്കി.കന്യകമാർക്ക് നേരെ കൈ ചൂണ്ടിക്കൊണ്ട് സ്വരമടക്കിപ്പിടിച്ചു പുരോഹിതൻ തുടർന്നു

“അങ്ങോട്ട് നോക്കൂ പ്രഭോ... ഹോറസ് കുമാരൻ അങ്ങയെ ചതിക്കുകയായിരുന്നു. അദ്ദേഹം നദിക്കരയിൽ പോകുന്നതായി നടിച്ചശേഷം മെർണീതിന്റെ വസ്ത്രം ധരിച്ചുകൊണ്ട് അവൾക്ക്പകരം വന്നിരിക്കയാണ്. സൂക്ഷിച്ചു നോക്കൂ പ്രഭോ. ആ രൂപം... അത് പുരുഷനാണെന്ന് ഒറ്റ

നോട്ടത്തിൽ ആരും തിരിച്ചറിയുകയില്ല. പക്ഷെ അടിയന്റെ കണ്ണുകൾ അങ്ങേയ്ക്കായി അത് കണ്ടെത്തിയിരിക്കുന്നു."

ശ്രദ്ധിച്ചുനോക്കിയ ഫറവോയുടെ ഉള്ളിൽ അത്ഭുതത്തിന്റെ പ്രകമ്പനമുണ്ടായി. നല്ല ഉയരമുള്ള, ആകാരസൗഷ്ഠവമുള്ള പുരുഷനാണത്, ഉയരം തിരിച്ചറിയാതിരിക്കാനായി കുറച്ചു വളഞ്ഞാണു നടക്കുന്നത്... സൂക്ഷിച്ചുനോക്കിയാൽ മനസ്സിലാക്കാവുന്നതേയുള്ളൂ അത് ഹോറസാണെന്ന്.

ഫറവോയുടെ കണ്ണുകളിൽ കോപം ജ്വലിച്ചു. ഇങ്ങനെയൊരു നീക്കം അയാൾ ഒരിക്കലും പ്രതീക്ഷിച്ചിരുന്നില്ല. ഒറ്റനിമിഷംകൊണ്ട് അയാളുടെ ഉള്ളിലൂടെ പലവിധ കുടിലചിന്തകൾ കടന്നുപോയി.

"അംഗരക്ഷകരെ വിളിക്കൂ പ്രഭോ...

ഹോറസിനെ പിടിച്ചുകെട്ടാൻ കല്പന പുറപ്പെടുവിച്ചാലും."

"അരുത് പുരോഹിതാ... ഇതാണ് ഏറ്റവും ഉചിതമായ സന്ദർഭം. നാം ഹോറസിനെ തിരിച്ചറിഞ്ഞാൽ, ജനങ്ങൾക്കു മുന്നിൽ വച്ചൊരിക്കലും സ്വന്തം സഹോദരനെ വധിക്കുവാൻ കല്പനയിടാൻ നമുക്കാവില്ല... അതുകൊണ്ടു ഈ രഹസ്യം നമുക്കിടയിൽ തന്നെ നിൽക്കട്ടെ. പതിവിനു വിപരീതമായി ബലി നാം നടത്തുവാൻ തീരുമാനിച്ചിരിക്കുന്നു..."

ഫറവോയുടെ കുടിലബുദ്ധിയ്ക്ക് മുന്നിൽ പുരോഹിതൻ അറിയാതെ ശിരസ് നമിച്ചുപോയി. അയാളുടെ കണ്ണുകളിൽ ആരാധന ഓളം വെട്ടി.

"ബലിയറയിൽ പ്രവേശിച്ചയുടൻ കന്യകമാരെ ബന്ധനസ്ഥരാക്കി വായ് മൂടിക്കെട്ടാൻ അംഗരക്ഷകരോട് പറയൂ പുരോഹിതാ... അബദ്ധത്തിൽ പോലും അവനിനി രക്ഷപ്പെടരുത്."

ആർത്തിരമ്പിവരുന്ന ആഹ്ലാദം അടക്കാനാവാതെ പുഞ്ചിരി കടിച്ചമർത്തിക്കൊണ്ട് ഫറവോ തന്റെ മിനുസമാർന്ന തലയിൽ വിരലോടിച്ചുകൊണ്ട് പിരമിഡിനുള്ളിലേക്ക് നീങ്ങി.

അധ്യായം 20

ശിരസ്സറ്റ ശരീരവുമായി താൻ പിടയുന്നത് കണ്ടുകൊണ്ടാണ് മെർണീത് ഞെട്ടിയുണർന്നത്.

എവിടെയാണ് താൻ ? വെളിച്ചം കുറഞ്ഞ ഒരറയിലെ തല്പത്തിലാണ് താനെന്ന് ഇരുട്ടുമായി കണ്ണുകൾ ഇടപഴകിയപ്പോൾ അവൾക്ക് മനസ്സിലായി. അവളുടെ മനസ്സിലേക്ക് കഴിഞ്ഞുപോയ ഭീകരനിമിഷങ്ങളുടെ ഓർമ്മകൾ തികട്ടിവന്നു. ഭയചകിതയായി പിടഞ്ഞെഴുന്നേൽക്കാൻ തുനിഞ്ഞ അവൾക്കരികിലേക്ക് ഒരു ദീപവുമേന്തി ലേബ റാണിയും രണ്ടു തോഴിമാരും കടന്നുവന്നു.

"ഭയപ്പെടാതിരിക്കൂ കുമാരി, ഈ കൊട്ടാരത്തിലെ ഏറ്റവും സുരക്ഷിതമായ അറയിലാണ് നീയിപ്പോൾ... പറയൂ നിനക്കിനി എങ്ങോട്ടാണ് പോകേണ്ടത്..?"

മെർണീത് ചുറ്റും നോക്കി. തനിക്ക് പരിചിതമായ അറയാണിത് അതെ, മഹാറാണിയുടെ കിടപ്പറ. ഫറവോറാണി തന്റെ അന്ത്യനിമിഷങ്ങൾ ചിലവഴിച്ച അറ. ഫറവോറാണിയുടെ മരണശേഷം അടച്ചിട്ടിരിക്കുകയാണ് ഈ അറ.

ചില പൂജാവിധികൾക്ക് ശേഷമേ ഈ അറ ഇനി തുറക്കുകയുള്ളു എന്ന് മെർണീതിനും അറിവുള്ളതാണ്.

"പറയൂ മെർണീത്, ചടങ്ങുകൾ കഴിഞ്ഞു ഫറവോ വരുന്നതിന് മുൻപേ ശ്രമിച്ചാൽ മാത്രമേ നിനക്കിവിടെനിന്നും രക്ഷപ്പെടാൻ കഴിയുകയുള്ളു... എങ്ങോട്ടാണ് പോകേണ്ടതെന്ന് പറഞ്ഞാൽ തോഴിമാർ നിന്നെ സഹായിക്കും. നമ്മുടെ വിശ്വസ്തരാണിവർ."

പെട്ടന്നാണ് ജോഷ കാത്തുനിൽക്കുന്നത് മെർണീതിന് ഓർമവന്നത്. അവൾ പിടഞ്ഞെണീറ്റുകൊണ്ട് പുറത്തേക്കോടി. അന്തപ്പുരവാതിൽക്കൽ ആരുമില്ല.. .

അവളവിടെ തളർന്നിരുന്നു...

താൻ മയങ്ങിവീണുപോയ സമയത്തു പുറത്തു കാത്തുനിന്നു മടുത്ത ജോഷ തിരിച്ചുപോയതാണെന്ന് അവൾക്ക് മനസ്സിലായി.സ്ത്രീകളുടെ അന്തപ്പുരത്തിനു മുന്നിൽ അധികനേരം ചിലവഴിക്കാൻ പുരുഷനായ അദ്ദേഹത്തിന് സ്വാതന്ത്ര്യമില്ലാത്തതുകൊണ്ടാവാം.

താനിത്ര ഭാഗ്യഹീനയായ പെൺകുട്ടിയാണല്ലോ എന്നോർത്തപ്പോൾ അവൾക്ക് കണ്ണീരടക്കാനായില്ല..

പിരമിഡിനുള്ളിൽ ബലികന്യകമാരെ ബലിപീഠത്തിനരികിലേക്ക് മാറ്റിനിർത്തിയിരുന്നു. അടുത്ത അറയിൽ ഖബറിനുള്ളിൽ ഫറവോറാണിയുടെ മമ്മിയിൽ 'വാ തുറക്കൽ' ചടങ്ങു നടത്തുവാൻ പോകുകയാണ്. പരലോകത്തു ഫറവോയ്ക്ക് കേൾക്കാനും സംസാരിക്കാനും ഇഷ്ടഭക്ഷണങ്ങൾ കഴിക്കാനും വേണ്ടിയാണ് അവസാനത്തെ ഈ ചടങ്ങ്. ചെവിയും വായും പൊതിഞ്ഞ ഭാഗത്തു മൂർച്ചയുള്ള ഒരു ഉപകരണം കൊണ്ട് ദ്വാരം സൃഷ്ടിക്കുന്നതാണ് ചടങ്ങ്. ബലിരക്തം ഖബറിലേക്ക് ഒഴുകിവരുമ്പോളാണ് ആ ചടങ്ങു നടത്തേണ്ടത്.

പുരോഹിതന്റെ അടയാളശബ്ദം കാത്തിരിക്കുന്ന മന്ത്രിമുഖ്യനരികിലേക്ക് പെട്ടന്നാണ് ഫറവോയുടെ അംഗരക്ഷകർ കടന്നുവന്നത്. നിമിഷനേരം കൊണ്ടവർ അഞ്ചു കന്യകമാരെയും ബന്ധനസ്ഥരാക്കി. ആദ്യം തന്നെ അവർ ഹോറസിന്റെ ചുണ്ടുകളാണ് മൂടിക്കെട്ടിയതെന്ന് വൃദ്ധൻ ഞെട്ടലോടെ കണ്ടു. തടയാൻ ശ്രമിക്കുന്നതിന് മുന്നേ അവർ മന്ത്രിയെ അടുത്ത അറയിലേയ്ക്ക് തള്ളിമാറ്റിയിരുന്നു.

" അരുതു...ബലികന്യകകളെ തൊട്ടശുദ്ധമാക്കരുത്..."

വൃദ്ധന്റെ വിലാപം ശ്രവിച്ചുകൊണ്ട് തന്റെ സ്വതസ്സിദ്ധമായ കൗശലച്ചിരിയോടെ മന്ത്രിയുടെ മുന്നിലേക്ക് കടന്നുവന്ന ഫറവോ പറഞ്ഞു.

"നാമാണവർക്ക് നിർദ്ദേശം നൽകിയത്, താങ്കൾ ഇവിടെയുള്ള ചടങ്ങുകൾക്ക് നേതൃത്വം നൽകിയാലും മന്ത്രിമുഖ്യ... ബലി നടത്തുന്നത് നാം നേരിട്ടാണ്."

തിടുക്കത്തിൽ ബലിപീഠത്തിനരികിലേക്ക് പോകുന്ന ഫറവോയെ നോക്കി ഭയചകിതനായി അയാൾ കവാടത്തിനരികിൽ തളർന്നു നിന്നു.

തന്റെ പുത്രി രക്ഷപ്പെട്ടിട്ടുണ്ടാവാമെന്ന് വൃദ്ധൻ ഊഹിച്ചിരുന്നു. എങ്കിലും അവൾക്കായി ജീവിതം ഹോമിക്കാൻ തയ്യാറായ പ്രിയതമനെ അന്വേഷിച്ചു വരുന്ന അവളോട് താൻ എന്തുപറയുമെന്നറിയാതെ അയാൾ ദൈവത്തെ വിളിച്ചുപോയി.

ആദ്യത്തെ ബലി ഹോറസിന്റേത് തന്നെയായിരുന്നു. എല്ലാം മുൻകൂർതീരുമാനിച്ചുറപ്പിച്ചതുപോലെ ഫറവോയുടെ അംഗരക്ഷകർ ആ യു

വാവിനെ കമിഴ്ത്തിക്കിടത്തി.

കുതറുകയും എന്തോ പറയുവാൻ വെമ്പുകയും ചെയ്യുന്ന അയാളെ അവർ ബലം പ്രയോഗിച്ചമർത്തി. ആ ബലിഷ്ഠശരീരത്തിന്റെ കഴുത്തിൽ ഫറവോയുടെ അംഗരക്ഷകന്റെ കൈകളിലെ വീതിയുള്ള വാൾ ആഞ്ഞുപതിച്ചു. ശിരസ് വേർപെടുമ്പോൾ കഴുത്തിൽനിന്നും അലർച്ച പോലൊരു ശബ്ദമുയർന്നു

രക്തം ചീറ്റിയൊഴുകി. വിരിഞ്ഞ നെഞ്ചും ബലിഷ്ഠമായ കൈകാലുകളുമായി പുരുഷലക്ഷണം തികഞ്ഞ ആ കബന്ധം തറയിൽ കിടന്നു പിടഞ്ഞു. അറ്റുവീണ ശിരസ് ശിരോവസ്ത്രത്തോടൊപ്പം നിലവറയിലേക്ക് ഉരുണ്ടുപോയി.

നെഞ്ചുപിടയുന്ന വേദനയോടെ വൃദ്ധമന്ത്രി വെറും നിലത്തിരുന്നു പൊട്ടിക്കരഞ്ഞു... അയാൾക്ക് ശരീരം തളരുന്നുണ്ടായിരുന്നു.

തുടർന്ന് ഒന്നൊന്നായി നാല് കന്യകമാരെയും ശിരച്ഛേദം നടത്തപ്പെട്ടു. രക്തം ഓവിലൂടെ അടുത്ത അറയിലെ ഖബറിലേയ്ക്ക് ചാലിട്ടൊഴുകി. പച്ചരക്തത്തിന്റെ ഗന്ധത്താൽ വൃദ്ധന്റെ തല മരവിച്ചുപോയി...

എല്ലാം കണ്ടുകൊണ്ട് ആഹ്ലാദപരവശനായി നിന്ന ഫറവോ മുന്നോട്ട് വന്നശേഷം കബന്ധങ്ങൾ ഓരോന്നായി കാലുകൾ കൊണ്ട് നിലവറയിലേക്ക് തള്ളിയിട്ടു. നിലത്തിരുന്നു വിങ്ങിക്കരയുന്ന മന്ത്രിയുടെ മുന്നിൽ രക്തപങ്കിലമായ രണ്ടു കാലുകൾ ദൃശ്യമായി.

"ഫറവോ ആഗ്രഹിച്ചതൊന്നും. നടത്താതിരുന്നിട്ടില്ല മന്ത്രിമുഖ്യ... അത് മറ്റാരേക്കാളും താങ്കൾക്ക് അറിയാവുന്നതല്ലേ?"

മന്ത്രിയുടെ കണ്ണുകളിൽ വല്ലാത്തൊരു നടുക്കം ദൃശ്യമായി.

"എല്ലാമറിഞ്ഞുകൊണ്ടു നാം നടത്തിയ നാടകം തന്നെയാണിത്. ഇനിയുള്ള ഭാഗങ്ങൾ അതീവരസകരമായിരിക്കും. നന്നായി ആസ്വദിക്കുവാൻ തയ്യാറായിരുന്നാലും മന്ത്രിമുഖ്യ".

വൃദ്ധനെ നോക്കി പുച്ഛത്തോടെ ചിരിച്ച ഫറവോ ബലിരക്തം ഒഴുകി വന്നു ഖബറിൽ വീഴുന്നതും ആസ്വദിച്ച് കുറച്ചുസമയം അവിടെത്തന്നെ നിന്നു.

പിന്നീട് പുറത്തേക്കിറങ്ങി തന്റെ അംഗരക്ഷകർക്ക് വീണ്ടും നിർദേശം നൽകുന്നത് വൃദ്ധൻ കണ്ടു.

അത് തന്റെ പുത്രിക്കായുള്ള അന്വേഷണത്തിന്റെ ഉത്തരവാണെന്ന് അയാൾക്ക് ഊഹിക്കാമായിരുന്നു.

ഈയൊരവസ്ഥയിൽ തീർത്തും നിസ്സഹായനായ ആ പിതാവ് തന്റെ പുത്രിയുടെ ജീവരക്ഷയ്ക്കായി സകലദൈവങ്ങളെയും വിളിച്ചു പ്രാർ

ത്ഥിച്ചുകൊണ്ടിരുന്നു.

ചടങ്ങുകൾക്കൊടുവിൽ പിരമിഡിൽനിന്നു പുറത്തുവന്ന പുരോഹിതൻ നിലവിളിച്ചുകൊണ്ട് ഫറവോയ്ക്കരികിലേക്ക് ഓടുന്നതും, തന്റെ കാമുകിയ്ക്കായി, വേഷപ്രച്ഛന്നനായെത്തി സ്വയം ബലി സ്വീകരിച്ച ഹോറസ് കുമാരനെപ്പറ്റി പറഞ്ഞു പൊട്ടിക്കരയുന്നതും ഒരു മായക്കാഴ്ച്ചപോലെ മന്ത്രിമുഖ്യൻ കണ്ടു.വാർത്തകേട്ട് ഞെട്ടിയ ഫറവോ, സഹോദരന്റെ മൃതദേഹം നിലവറയിൽനിന്നും ഉയർത്തുന്നത് കാണുവാൻ കഴിയാത്ത ദുഃഖത്തിൽ തളർന്നുവീഴുന്നതും കൂടി കണ്ടതോടെ ഫറവോ പറഞ്ഞ നാടകത്തിലെ അവസാനരംഗങ്ങളാണ് താൻ കാണുന്നതെന്ന് വൃദ്ധന് മനസ്സിലായി.

ഈ സമയം ഫറവോ റാണിയുടെ അറയിൽ നിലത്തു മുട്ടുകുത്തിയിരുന്നു കരയുന്ന മെർണീതിന്റെ മുടിയിഴകളിൽ പതുക്കെ സ്പർശിച്ചുകൊണ്ടു ലേബ റാണി പറഞ്ഞു...

“കരയാതിരിക്കൂ കുമാരി, തീർച്ചയായും നിന്റെ കാമുകൻ നിനക്കായ് വരാതിരിക്കില്ല. അതുവരെ നീ കാത്തിരുന്നേ മതിയാവൂ. ഒരുപക്ഷെ അദ്ദേഹം ഇന്നുതന്നെ വന്നേക്കാം.

അതുവരെ ഈ അറ തന്നെയാണ് ഏറ്റവും സുരക്ഷിതം നിനക്ക്.

അതുകൊണ്ട് നിശ്ശബ്ദയായി ഇവിടെത്തന്നെ ഇരിക്കുക. ചടങ്ങുകൾ കഴിഞ്ഞ് എല്ലാവരും എത്തിച്ചേരുന്നതിനു മുൻപേ ഈ അറ പൂട്ടി നാം നമ്മുടെ അറയിലേക്ക് പോകുന്നതായിരിക്കും. ഈ അന്ധകാരത്തിൽ ഹോറസ് കുമാരൻ വരുംവരെ നീ സുരക്ഷിതയായിരിക്കും.”

പെട്ടന്നാണ് കൊട്ടാരത്തിനു പുറത്തു എന്തൊക്കെയോ ബഹളങ്ങൾ കേട്ടത്. ഒരു തോഴി വിങ്ങിക്കരഞ്ഞുകൊണ്ട് അന്തപ്പുരത്തിലേക്ക് ഓടിക്കയറിവന്നു.

അവൾ ഉച്ചത്തിൽ വിലപിക്കുന്നത് എല്ലാവരും കേട്ടു..

“ഹോറസ് കുമാരൻ കൊല്ലപ്പെട്ടു..

തന്റെ പ്രണയിനിക്ക് വേണ്ടി വേഷം മാറിയെത്തിയ അദ്ദേഹത്തെ ആളറിയാതെ വധിക്കുകയായിരുന്നു... ഹാ...എത്ര വേദനാകരം”.

നടുങ്ങിത്തരിച്ചു നിന്ന ലേബറാണിയുടെ മുന്നിൽ മെർണീത് അലറിക്കരഞ്ഞുകൊണ്ടു, കുഴഞ്ഞുവീണു. പ്രാണൻ പോകുന്നവേദനയിൽ ശ്വാസം എങ്ങിവലിച്ചശേഷം അവളുടെ ശരീരം ഒന്നുപിടഞ്ഞു നിശ്ചലമായി.

അധ്യായം 21

പ്രജകൾ മുഴുവൻ അക്ഷരാർത്ഥത്തിൽ ദുഃഖഭാരത്താൽ ഇളകിമറിയുകയായിരുന്നു. എല്ലാവർക്കും പ്രിയങ്കരനായിരുന്ന ഹോറസിന്റെ മരണവാർത്ത അവർ ഒരു ഞെട്ടലോടെയാണ് ശ്രവിച്ചത്.

"ഫറവോയുടെ ചതി ആയിരിക്കുമിതെന്ന്"ചിലർ അഭിപ്രായപ്പെട്ടതോടെ, പിരമിഡിന് പുറത്തു ജനക്കൂട്ടത്തിന്റെ പ്രതിഷേധം ആർത്തിരമ്പുന്നുണ്ടായിരുന്നു.

ഇതിനിടയിൽ പിരമിഡിനുള്ളിൽ നിലവറയിൽ തള്ളിയ ഹോറസിന്റെ മൃതദേഹം പുറത്തെടുക്കുവാനുള്ള തയ്യാറെടുപ്പുകൾ തുടങ്ങിയിരുന്നു.

സാധാരണ ബലിയിൽ ശവശരീരങ്ങൾ പുറത്തേക്കെടുക്കാറില്ല. പക്ഷെ രാജകുമാരന്റെ ശരീരം നിലവറയിൽ അനാഥമായി കിടക്കുവാൻ പാടില്ല.അതുകൊണ്ടുതന്നെ രണ്ടാൾ താഴ്ചയുള്ള നിലവറയിൽനിന്നും കബന്ധങ്ങൾ ഓരോന്നായി കയറുകൊണ്ട് കെട്ടിവരിഞ്ഞശേഷം അടിമകൾ മുകളിലേക്ക് വലിച്ചുകയറ്റി.

നാല് സ്ത്രീശരീരത്തോടൊപ്പം വേറിട്ട് കാണപ്പെട്ട ബലിഷ്ഠനും ദീർഘകായനുമായ പുരുഷന്റെ കബന്ധം സൈന്യാധിപന്റെ നേതൃത്വത്തിൽ അറയ്ക്ക് പുറത്തു തളർന്നിരിക്കുന്ന ഫറവോയുടെ മുന്നിലേക്ക് കൊണ്ടുവന്നുകിടത്തി.

"കുമാരാ, അങ്ങെന്തിനീ ത്യാഗം ചെയ്തു?"

കബന്ധത്തിനരികിൽ വിലപിക്കുന്ന ഫറവോയുടെ മുന്നിലേക്ക് ദീർഘകായനായ ഒരാൾ വന്നുനിന്നു.

മുഖമുയർത്തിയ ഫറവോ പ്രേതത്തെ കണ്ടതുപോലെ ചാടിയെണീറ്റു. അദ്ദേഹത്തിന്റെ മുഖം വിളറി വെളുത്തിരുന്നു. പരിഭ്രാന്തിയോടെ കിതച്ചുകൊണ്ട് ചുറ്റും നോക്കുന്ന ആ യുവകോമളന്റെ മുഖത്തേക്ക് തുറിച്ചുനോക്കിക്കൊണ്ട് ഫറവോ പിറുപിറുത്തു.

"നീ...നീ മരിച്ചില്ലേ?..അപ്പോൾ ശിരച്ഛേദം നടത്തിയത്?"

അത് ശ്രദ്ധിക്കാതെ, പരിഭ്രാന്തനായ ആ യുവാവ് തരിച്ചുനിൽക്കുന്ന മന്ത്രിമുഖ്യനോട് ചോദിച്ചു.

“എന്താണിവിടെ സംഭവിക്കുന്നത്? കന്യകാബലിയുടെ മുഹൂർത്തം ആവുന്നതല്ലേയുള്ളു... പിന്നെങ്ങനെ ബലി നടന്നു? ഈ കബന്ധം ആരുടേതാണ്?”

വികാരവിക്ഷോഭത്താൽ അദ്ദേഹത്തിന്റെ മുഖം ചുവന്നു കല്ലിച്ചിരുന്നു. പെട്ടന്നാണ് നിലവറയിൽ നിന്നും പുറത്തേക്കെടുത്ത ശിരസുകൾ അദ്ദേഹത്തിന്റെ കണ്ണിൽപെട്ടത്.

ഒരു ഭ്രാന്തനെപ്പോലെ അദ്ദേഹം അങ്ങോട്ടേക്കോടി. ഓരോ ശിരസ്സിൽ നിന്നും ശിരോവസ്ത്രം വലിച്ചുമാറ്റി അദ്ദേഹം മുഖങ്ങൾ നോക്കി. മൂന്നാമത്തെ ശിരോവസ്ത്രം വലിച്ചുനീക്കിയ അദ്ദേഹം നെഞ്ചുരുകുന്ന വേദനയോടെ ഉച്ചത്തിൽ വിലപിച്ചു.

“ഓ..ജോഷ്വാ...

പ്രിയമിത്രമേ...

നമുക്കായി...”

കൈകൾ മുകളിലേക്കുയർത്തി വിലപിക്കുന്ന ഹോറസിനെയും കുമാരന്റെ മുന്നിലെ രക്തം കട്ടപിടിച്ച ജോഷ്വായുടെ ശിരസ്സിനേയും ഫറവോ മാറിമാറി നോക്കി. തനിക്ക് പറ്റിയ തെറ്റ് അപ്പോളാണ് അയാൾക്ക് മനസ്സിലായത്. ഹോറസിന്റെ ആകാരസാദൃശ്യമുള്ള ജോഷ്വായെ ആണ് അൽപ്പനേരം മുൻപ് താൻ ശിരച്ഛേദം നടത്തിയതെന്ന് മനസ്സിലാക്കിയ അയാൾ ഒരു വിഡ്ഢിയെപ്പോലെ പുരോഹിതന്റെ മുഖത്തേക്ക് നോക്കി..പുരോഹിതന്റെ ഭാവവും വ്യത്യസ്തമായിരുന്നില്ല.

പൊടുന്നനെ മുഖത്തു തന്റെ സ്ഥായീഭാവമായ അഹങ്കാരം വരുത്തിക്കൊണ്ട് ഫറവോ പുറത്തേക്ക് നീങ്ങി.

“ഈജിപ്തിന്റെ ഫറവോറാണിയുടെ സംസ്കാരച്ചടങ്ങുകൾ തടസ്സപ്പെടുത്തുവാൻ ബലികന്യകയുടെ വേഷം ധരിച്ചുകൊണ്ട് ഉള്ളിൽ പ്രവേശിച്ച ജോഷ്വാ എന്ന അംഗരക്ഷകൻ ബലിയേറ്റു വാങ്ങി ശിരച്ഛേദം സംഭവിച്ച വിവരം ഫറവോ ആയ നാം പ്രജകളെ ഇതിനാൽ അറിയിച്ചു കൊള്ളുന്നു. ഇതിനു കൂട്ടുനിന്ന മന്ത്രിപുത്രിയെ എത്രയും വേഗം കണ്ടെത്തുവാനുള്ള ഉത്തരവും നാം പുറപ്പെടുവിച്ചിരിക്കുന്നു”.

പുറത്തു അലകടലായിളകുന്ന ജനം ഹോറസിനെകണ്ടതോടെ ശാന്തരായി. അവരെ സംബന്ധിച്ചു ജോഷ്വ വെറുമൊരു സേവകൻ മാത്രമായിരുന്നു. പക്ഷെ ഹോറസിനെ സംബന്ധിച്ചിടത്തോളം തന്റെ വലംകൈ ആയിരുന്നു ജോഷ്വ.ഫറവോയുടെ കല്പനപ്രകാരം നദിക്കരയിൽ

ഒരു നാഴികയോളം കാത്തുനിന്നിട്ടും ആരെയും കാണാതായതോടെ സംശയചിത്തനായി തിരിച്ചുവരുന്നതിനിടയിലാണ് താൻ മരിച്ചെന്ന പ്രജകളുടെ വിലാപം അദ്ദേഹത്തിന്റെ കാതിൽ മുഴങ്ങിയത്.

എല്ലാം ഫറവോയുടെ ചതി മാത്രമായിരുന്നെന്ന് ബോധ്യപ്പെട്ട കുമാരന്റെ മുഖം പ്രതികാരദാഹത്താൽ കനൽക്കട്ട പോലെ ജ്വലിച്ചുനിന്നു... അദ്ദേഹത്തിന്റെ ഭാവമാറ്റം വീക്ഷിച്ചുകൊണ്ടു നിന്ന മന്ത്രിമുഖ്യൻ അദ്ദേഹത്തിന്റെ കാതിൽ മന്ത്രിച്ചു.

"അരുതു കുമാരാ... ഒരു ആൾമാറാട്ടക്കാരന്റെ വധമാണ് പ്രജകളുടെ കണ്ണിൽ ഇവിടെ നടന്നിരിക്കുന്നത്... ഇത്രയും വലിയ ജനക്കൂട്ടത്തിനിടയിൽ വച്ചൊരു വാഗ്വാദം. അതും ഫറവോയുമായി...

അതൊരിക്കലും ഉചിതമാവില്ല...

എത്രയും വേഗം മെർണീത് എവിടെയാണെന്ന് കണ്ടെത്തിയില്ലെങ്കിൽ,

ജോഷ്വായുടെ ജീവത്യാഗത്തിനു വിലയില്ലാതായിപ്പോകും".

ഒരുനിമിഷം നിശ്ചലനായി നിന്ന ഹോറസിന് വൃദ്ധന്റെ വാക്കുകളാണ് ശരിയെന്ന് തോന്നി.

വേദനയോടെ ജോഷ്വായുടെ ജഡത്തിലേക്ക് നോക്കിയ കുമാരന്റെ മിഴികൾ ഫറവോറാണിയുടെ അന്തിമ പൂജാചടങ്ങുകൾ വീക്ഷിച്ചുകൊണ്ടു നിൽക്കുന്ന റംസീസിന്റെ മുഖത്തു പതിഞ്ഞു. ഓർമ്മവച്ച കാലം മുതൽ എന്നും തന്നെ ദ്രോഹിക്കുക മാത്രം ചെയ്ത ആ മുഖം തന്റെ സഹോദരനായതിൽ അദ്ദേഹത്തിന് അപമാനം തോന്നി.

പിരമിഡിന് പുറത്തുവന്ന ഹോറസ് ചുറ്റുപാടും കണ്ണോടിച്ചു. തന്റെ ഓരോ ചലനവും ഫറവോ ശ്രദ്ധിക്കുന്നുണ്ടെന്ന് കുമാരന് ഊഹിക്കാമായിരുന്നു. ഇപ്പോൾ താൻ എങ്ങോട്ട് പോയാലും അത് മെർണീതിന് വേണ്ടിയാണെന്ന് മനസിലാക്കി ഫറവോയുടെ സേവകർ പിറകെവരുമെന്നു അദ്ദേഹത്തിനറിയാമായിരുന്നു.

അതുകൊണ്ടുതന്നെ അദ്ദേഹം പിരമിഡിന് പുറത്തു തനിയ്ക്കായി കാത്തുനിൽക്കുന്ന ജനങ്ങൾക്കരികിലേക്ക് ഇറങ്ങിനടന്നു.

ആഹ്ലാദാരവങ്ങളുമായി ജനം ഹോറസിനെ പൊതിഞ്ഞു. ഫറവോയുടെ സേവകരും ഒരു നിശ്ചിത അകലത്തിൽ കുമാരനെ പിൻതുടർന്നു.

മന്ത്രിമുഖ്യൻ മാത്രം ഇതിലൊന്നും ഇടപെടാതെ, ഏകനായി, നിലവറയ്ക്ക് പുറത്തുകിടത്തിയ ശവശരീരങ്ങൾ അതിനകത്തുതന്നെ മറവു ചെയ്യാനുള്ള ഒരുക്കങ്ങൾ നടത്താൻ സേവകർക്ക് നിർദേശം നൽകിക്കൊണ്ടിരുന്നു.

ജോഷ്വായുടെ ജഡം മാത്രം പുറത്തേക്കു മാറ്റിക്കിടത്തിയിരുന്നു.

സ്വന്തം പുത്രിയുടെ അവസാനമാണെന്നറിഞ്ഞിട്ടും ഇന്നലെ മുതൽ വൃദ്ധന്റെ മുഖത്തുകണ്ട നിർവ്വികാരത ഫറവോയെ അത്ഭുതപ്പെടുത്തിയിരുന്നു. രാജ്യം മുഴുവനും തന്റെ പുത്രിക്കായി തിരയുമ്പോളും വൃദ്ധന്റെ മുഖത്തു അതേ നിർവ്വികാരതയാണെന്നു ഫറവോ അത്ഭുതത്തോടെ തിരിച്ചറിഞ്ഞു.

അധ്യായം 22

ഹോറസിന് പിറകെ നീങ്ങിയ സേവകർക്ക് ജനക്കൂട്ടത്തിനിടയിൽ അദ്ദേഹത്തെ കണ്ടെത്താനായില്ല.

കണ്ണെത്താദൂരത്തോളം വരുന്ന ജനസമുദ്രത്തിൽ ഒരു മണൽത്തരിയായി ലയിച്ചുപോയ അദ്ദേഹത്തിനായി വിഡ്ഢികളായ സേവകർ ആളുകൾക്കിടയിലൂടെ പരക്കംപാഞ്ഞുകൊണ്ടിരുന്നു.

പതിവിന് വിപരീതമായി വീശിയടിച്ച മണൽക്കാറ്റും പൊടിപടലങ്ങളും മുന്നിലുള്ള കാഴ്ചയെ ഭാഗികമായി മറച്ചിരുന്നു.

* * * * *

കൊട്ടാരത്തിനുപുറത്തു വന്നുനിന്ന വെള്ളക്കുതിരയുടെ പുറത്തുനിന്നു ഹോറസ് ചാടിയിറങ്ങി. കൊട്ടാരത്തിന്റെ തെക്കുവശത്തുള്ള വഴിയിലൂടെ അദ്ദേഹം ഉള്ളിലേക്ക് പ്രവേശിച്ചു.

ആരുടേയും ശ്രദ്ധയിൽ പെടാതെ കുമാരൻ അന്തഃപുരത്തിനു നേർക്ക് നീങ്ങി. ജോഷ്വായ്ക്ക് വരാൻ കഴിയാതിരുന്നതിനാൽ മെർണീതിലേക്കുള്ള അന്വേഷണം അവിടെവച്ചു ആരംഭിക്കാമെന്നാണ് അദ്ദേഹത്തിന്റെ ബുദ്ധിയിലുദിച്ചത്.

ആരൊക്കെയോ നടന്നുവരുന്നു, ശീഘ്രം തന്നെ അന്തഃപുരത്തിന്റെ ഇടതുഭാഗത്തായുള്ള വള്ളിപ്പടർപ്പുകൾക്കിടയിലേക്ക് കുമാരൻ നുഴഞ്ഞുകയറി. പുറത്തുനടക്കുന്ന സംഭാഷണങ്ങൾ ശ്രദ്ധിച്ചുകൊണ്ട് അദ്ദേഹം തന്റെ ചലനങ്ങളെ നിയന്ത്രിച്ചു നിന്നു.

രണ്ടു തോഴിമാരാണ് കടന്നുവന്നത്.

വളരെ പരിഭ്രാന്തരായിരുന്നു ഇരുവരും.

ഒരാളുടെ കൈകളിൽ ഔഷധക്കൂട്ടും അടുത്തയാളുടെ കൈകളിൽ ശുദ്ധജലവുമാണുണ്ടായിരുന്നത്.

അവരുടെ സംസാരം കാതോർത്തയാൾ നിശബ്ദനായി നിന്നു.

"കുമാരിക്ക് ബോധം വീണില്ലെങ്കിൽ റാണി എന്ത് ചെയ്യുമെന്നാണ് ഞാൻ ആലോചിക്കുന്നത്."

“ചടങ്ങുകൾ കഴിഞ്ഞു ഫറവോ വരും മുൻപേ കുമാരിയെ പുറത്തു കടത്തിയില്ലെങ്കിൽ നാളെ നമുക്കും ശിരച്ഛേദമാവും.”

ഭയത്തോടെ ഇരുവരും പരസ്പരം നോക്കിക്കൊണ്ട് മഹാറാണിയുടെ അടച്ചിട്ടിരുന്ന അറയിലേക്ക് കയറിപ്പോകുന്നത് ഹോറസ് നോക്കിനിന്നു. ശബ്ദമുണ്ടാക്കാതെ അവരെ പിന്തുടർന്നശേഷം അദ്ദേഹം അടഞ്ഞ വാതിലിനു പുറത്തു ചെവി ചേർത്തുവച്ചു ശ്രദ്ധിച്ചു.

ലേബ റാണി ഭയത്താൽ തളർന്നുപോയിരുന്നു. മെർണീത് മരണമടഞ്ഞെന്നാണ് ആദ്യം അവർ കരുതിയത്. പിന്നീടാണ് ശ്വസോച്ഛ്വാസഗതി പരിശോധിച്ചത്. തുടർന്ന് തോഴിമാർ പനിനീരും ജലവും മുഖത്തു തളിക്കുകയും വിളിച്ചെഴുന്നേൽപ്പിക്കുവാൻ ശ്രമിക്കുകയും ചെയ്തു. തീർത്തും തളർന്നുപോയ മെർണീതിൽ നിന്നും ഒരു ചലനവും ഉണ്ടായില്ല. ഔഷധക്കൂട്ടുമായിവന്ന തോഴിയുടെ കൈകളിൽനിന്നും അതുവാങ്ങി അൽപാൽപമായി മെർണീതിന്റെ ചുണ്ടുകൾക്കുള്ളിലേക്ക് ഇറ്റിച്ചുവീഴ്ത്തിക്കൊണ്ടു റാണി വീണ്ടും വീണ്ടും വിളിച്ചു.

“മെർണീത്, എഴുന്നേൽക്കൂ കുമാരി...”

പെട്ടന്നാണ് വാതിലിൽ മുട്ട് കേട്ടത്.

ഭയം കൊണ്ട് വിറച്ചുപോയ സ്ത്രീകൾ മൂവരും പരസ്പരം നോക്കി.

“വാതിൽ തുറക്കൂ റാണി..ഞാൻ ഹോറസാണ്,അവിടുത്തെ സഹോദരൻ.”

തുറന്നുകൊടുത്ത വാതിലിലൂടെ പരിഭ്രാന്തനായ കുമാരൻ പരവശനായി കയറിവന്നു. അറയിലെ തല്പത്തിൽ മോഹാലസ്യപ്പെട്ടുകിടക്കുന്ന തന്റെ പ്രണയിനിയെ കണ്ടപ്പോൾ അയാളുടെ കണ്ണുകളിൽ നീർമണികൾ പൊടിഞ്ഞു.

മെർണീതിനെ വാരിയെടുത്ത് തന്റെ നെഞ്ചിലേക്ക് ചേർത്തണച്ചുകൊണ്ടു വേദനയോടെ കുമാരൻ അവളുടെ കാതിൽ മന്ത്രിച്ചു..

“മെർണീത്, പ്രിയപ്പെട്ടവളെ... എഴുന്നേൽക്കൂ...എന്റെ സ്നേഹത്തെ ഇനിയും പരീക്ഷിക്കാതിരിക്കൂ സഖീ.”

നിറഞ്ഞകണ്ണുകൾ തുടച്ചുകൊണ്ട് കുമാരൻ അവളെ വീണ്ടും വീണ്ടും ഉണർത്താൻ ശ്രമിച്ചുകൊണ്ടേയിരുന്നു.

“കുമാരാ, അങ്ങ് മരിച്ചെന്ന വാർത്ത അവളുടെ മസ്തിഷ്കത്തിന് വലിയ ക്ഷതം തന്നെയാണ് വരുത്തിയിരിക്കുന്നത്...അതുകൊണ്ടാണവൾ പ്രജ്ഞയിലേക്ക് തിരികെവരാത്തത്.ഫറവോയുടെ ദൃഷ്ടിയിൽ പെടാതെ മന്ത്രിമുഖ്യനു സന്ദേശമെത്തിക്കാൻ തോഴിയെ അയച്ചിട്ടുണ്ട് നാം. ”റാണി തുടർന്നു.

“അദ്ദേഹത്തിന്റെ കൈവശം തീർച്ചയായുമുണ്ടാവും സ്വന്തം പുത്രിയെ ജീവിതത്തിലേക്ക് തിരിച്ചുകൊണ്ടുവരാനുള്ള ഔഷധക്കൂട്ട്”.

ലേബ റാണിയുടെ വാക്കുകൾ ഹോറസിന്റെ മനസിന് ചെറിയ ആശ്വാസമേകിയെങ്കിലും. അതുവരെ തങ്ങൾ ഇവിടെ സുരക്ഷിതരാണോ എന്ന സന്ദേഹം അദ്ദേഹത്തിനുള്ളിൽ ബാക്കിയായിരുന്നു.

സഹോദരന്റെ മനസ്സറിഞ്ഞ ലേബറാണി തുടർന്നു

“വിഷമിക്കാതിരിക്കൂ കുമാരാ... രാജ്യം മുഴുവൻ ഫറവോയുടെ പടയാളികൾ മെർണീതിനെ തേടുകയാണ്... ഈ അറയെക്കാൾ സുരക്ഷിതമായ മറ്റൊരു സ്ഥലം വേറെയില്ലെന്നാണ് നമ്മുടെ അഭിപ്രായം... മന്ത്രിമുഖ്യൻ വരുവോളം നിങ്ങൾ ഇതിനുള്ളിൽ തന്നെ വിശ്രമിച്ചോളൂ...”

അറ പുറത്തുനിന്നും ബന്ധിച്ചുകൊണ്ട് റാണിയും തോഴിമാരും പോകുന്നത് നോക്കിനിന്ന കുമാരന്റെ മനസ്സിൽ ആയിരം ഭയാശങ്കകൾ പൊട്ടിമുളച്ചു...

എങ്കിലും ഈജിപ്തിലെ ധീരനായ രാജകുമാരന് യോജിക്കും വിധം തലയുയർത്തിപ്പിടിച്ചുകൊണ്ട് അദ്ദേഹം തന്റെ പ്രണയിനിയെ നെഞ്ചിൽ ചേർത്ത് നെറുകയിൽ ചുംബിച്ചു. കഴിഞ്ഞ ദിവസങ്ങളിലെ ഭീകരമായ അനുഭവങ്ങളുടെ ചൂടേറ്റ് വാടിത്തളർന്നുപോയ തന്റെ പ്രിയതമയേയും ചേർത്തുപിടിച്ചുകൊണ്ട് കുമാരൻ മന്ത്രിമുഖ്യന് വേണ്ടി കാത്തിരുന്നു.

നേരം സന്ധ്യമയങ്ങുകയാണ്.

ചടങ്ങുകൾക്കൊടുവിൽ പ്രജകൾ പിരിഞ്ഞുപോയ്ക്കൊണ്ടിരിക്കുന്നു.

ജോഷായുടെ ജഡം സംസ്കരിക്കുവാൻ വേണ്ട സൗകര്യങ്ങൾ ഒരുക്കുകയായിരുന്നു മന്ത്രിയും കുറച്ചു സേവകരും. ഫറവോയും മുഖ്യപുരോഹിതനും അല്പം മുൻപാണ് തേരിൽകയറിപ്പോയത്.

പുറമെ ശാന്തനാണെന്നു നടിക്കുന്നുണ്ടെങ്കിലും ഫറവോ തീർത്തും അസ്വസ്ഥനാണെന്ന് വൃദ്ധന് മനസ്സിലായിരുന്നു. തന്റെ പദ്ധതികൾ പിഴച്ചുപോയത് ഫറവോയെ പരിഭ്രാന്തനാക്കിയിട്ടുണ്ട്...

ആലോചനയ്ക്കിടയിൽ ആരോ പിറകിലായുള്ളതു പോലെ തോന്നിയപ്പോളാണ് വൃദ്ധൻ തലയുയർത്തിയത്.. ലേബറാണിയുടെ തോഴിയായ ‘സൈറ’യെ കണ്ട് അയാൾ തിടുക്കത്തിൽ അവളുടെ സമീപത്തേക്ക് നടന്നു...

* * * * *

കൊട്ടാരത്തിലെ അകത്തളത്തിലൂടെ വൃദ്ധൻ വേച്ചു വേച്ചു നടന്നു

നീങ്ങി.

അന്തപ്പുരത്തിനുള്ളിലേക്ക് കടന്ന വൃദ്ധനെ വാതിൽക്കൽ പൂമാല കെട്ടിക്കൊണ്ടിരുന്ന തോഴി മെർണീതിനെ കിടത്തിയ അറയിലേക്ക് ആനയിച്ചു... അറയിലെ ഇരുട്ടിൽ മുനിഞ്ഞുകത്തുന്ന ചെറിയ ദീപത്തിന്റെ വെളിച്ചത്തിൽ വൃദ്ധൻ കണ്ടു. വാടിത്തളർന്ന തന്റെ പ്രിയപുത്രിയെയും അവളെ നെഞ്ചിലേക്ക് ചേർത്തണച്ചിരിക്കുന്ന കുമാരനെയും.

വൃദ്ധന്റെ കണ്ണുകൾ നിറഞ്ഞൊഴുകിക്കൊണ്ടിരുന്നു. കഴിഞ്ഞുപോയ ദിനങ്ങൾ അദ്ദേഹത്തെ ആരോഗ്യവാനായ മധ്യവയസ്കനിൽനിന്നും ഒരു പടുവൃദ്ധനിലേക്ക് രൂപമാറ്റം നടത്തിയത് ലേബറാണി അത്ഭുതത്തോടെ നോക്കിനിന്നു.

തന്റെ കൈക്കുള്ളിലെ ചെറിയ ചണസഞ്ചിയിൽ ചുരുട്ടിപിടിച്ച ഏതോ സസ്യത്തിന്റെ നീര് മെർണീതിന്റെ നെറുകയിൽ ഇറ്റിച്ചശേഷം അദ്ദേഹം മൂർദ്ധാവിൽ ശക്തിയായി തടവി.

പിന്നെ പതുക്കെ വിളിച്ചു.

“മകളെ..എഴുന്നേൽക്കൂ...”

വൃദ്ധന്റെ കണ്ണിൽനിന്നും കണ്ണീരൊഴുകി പുത്രിയുടെ മുഖത്തെ നനച്ചു... ഒരുറക്കത്തിൽ നിന്നെന്നപോലെ മിഴിതുറന്ന മെർണീത് തനിക്കുമുന്നിൽ പിതാവിനെക്കണ്ട ആശ്വാസത്തിൽ പുഞ്ചിരിച്ചു.

പെട്ടന്നാണ് അവൾക്ക് കുമാരന്റെ ഓർമവന്നത്. ഒരാർത്തനാദത്തോടെ പിടഞ്ഞെണീറ്റ തന്റെ പ്രണയിനിയെ ഹോറസ് തന്റെ നെഞ്ചിലേക്ക് മുറുക്കെ ചേർത്തുപിടിച്ചു.

“ഭയപ്പെടാതിരിക്കൂ പ്രിയേ...

നാം നിന്നോടുകൂടി തന്നെയുണ്ട്.”

നിറഞ്ഞകണ്ണുകളുമായി വിശ്വസിക്കാനാവാതെ പൊട്ടിക്കരഞ്ഞുകൊണ്ട് മെർണീത് ഹോറസിനെ വാരിപ്പുണർന്നു.. കണ്ണീരോടെ മന്ത്രിമുഖ്യൻ പ്രിയപുത്രിയുടെ ശിരസ്സിൽ തലോടി.

അവളെ ഒന്നാലിംഗനം ചെയ്യാൻ അയാളിലെ പിതാവ് കൊതിച്ചു.

പക്ഷെ, എന്നും മകളിൽ നിന്നും ഒരുപടി ഉയരെയായിരുന്നു അയാൾ. കാരണം ഒരു പിതാവ് എന്നതിനേക്കാൾ പ്രാധാന്യം ഈജിപ്തിന്റെ മന്ത്രിമുഖ്യൻ എന്ന പദവിക്കാണ് എന്ന് അദ്ദേഹം കല്പിച്ചിരുന്നത്. അതുകൊണ്ടുതന്നെ കുമാരി എന്നും പിതാവിൽനിന്നും ഒരകലം സൂക്ഷിച്ചിരുന്നു. ജനനത്തോടെ മാതാവ് നഷ്ടപ്പെട്ടതും അവർക്കിടയിലുള്ള അകൽച്ചയ്ക്ക് ആക്കം കൂട്ടുകയാണുണ്ടായത്.

* * * * *

അർദ്ധരാത്രിവരെ നീണ്ട മെർണീതിന് വേണ്ടിയുള്ള തിരച്ചിലിനൊടുവിൽ പരാജിതനായി തിരിച്ചെത്തിയ ഫറവോയെ കാത്തിരുന്നത് കൊട്ടാരത്തിനു തെക്കുവശത്തു ഹോറസിന്റെ കുതിരയായ 'കേയ'യെ കണ്ടെത്തിയിട്ടുണ്ട്, പക്ഷെ കുമാരനെ കാണാനില്ല എന്ന വാർത്തയായിരുന്നു..

ആ ഒറ്റവാർത്തയിൽ ഫറവോയുടെ ഉള്ളിലെ സാത്താൻ പിടഞ്ഞുണർന്നുകഴിഞ്ഞിരുന്നു.

തന്റെ വിശ്വസ്തരായ അംഗരക്ഷകർക്ക് നേരെ തിരിഞ്ഞുകൊണ്ട് ശക്തമായ സ്വരത്തിൽ ഫറവോ കല്പന പുറപ്പെടുവിച്ചു.

"എത്രയും പെട്ടന്ന് കൊട്ടാരവും അനുബന്ധ കുടീരങ്ങളും പരിശോധിക്കുക. ആർക്കും സംശയം തോന്നിക്കാത്ത രീതിയിലാവണം അന്വേഷണം".

അനുസരണയോടെ അറ വിട്ടിറങ്ങുന്ന അംഗരക്ഷകരെ നോക്കി പുഞ്ചിരിച്ചുകൊണ്ടയാൾ തന്റെ ശിരസിൽ വിരലോടിച്ചു... താനും തന്റെ വിശ്വസ്തരുമൊഴികെ മറ്റാരും ഇന്ന് കൊട്ടാരത്തിലുണ്ടാവാൻ പാടില്ല.

അങ്ങനെയുണ്ടായാൽ ഹോറസിനെ വധിക്കുന്നതിനു അതൊരു തടസ്സമായേക്കാം.

"സൈന്യാധിപാ..."

തന്റെ കൽപ്പനയ്ക്കായി കാത്തുനിനിൽക്കുന്ന സൈന്യാധിപനു നേരെ തിരിഞ്ഞുകൊണ്ട് ഫറവോ കല്പിച്ചു.

"കൊട്ടാരത്തിലുള്ള മുഴുവൻ പടയാളികളുമായി താങ്കൾ രാജ്യമെങ്ങും മെർണീതിനെ തിരയുവാൻ പുറപ്പെടൂ. രാജ്യദ്രോഹിയായ അവൾ ഇന്നുരാത്രി രാജ്യാതിർത്തി കടന്നേക്കുമെന്ന് ചാരന്മാർ നമ്മെ ധരിപ്പിച്ചിട്ടുണ്ട്."

അധ്യായം 23

കൊട്ടാരത്തിനു പുറത്തുള്ള കുടീരങ്ങളിലാണ് അംഗരക്ഷകർ ആദ്യം പരിശോധന നടത്തിയത്. തുടർന്ന് അവർ കൊട്ടാരത്തിനുള്ളിലെ ഓരോ അറയിലും കയറിയിറങ്ങി.

ഒടുവിലായി അന്തപ്പുരത്തിലേക്കും കടന്നുചെന്ന യോദ്ധാക്കൾ ലേബറാണിയുടെ കിടപ്പറയൊഴികെ മറ്റെല്ലായിടത്തും പരിശോധിച്ചു.

പുറത്തേക്കിറങ്ങുന്നതിന് തൊട്ടുമുൻപായാണ് ഒരുവൻ ഫറവോറാണി ഹാഷെപ്സുറ്റിന്റെ അറയുടെ നേർക്ക് നടന്നത്. പുറമെനിന്ന് ബന്ധിച്ച അറയുടെ വാതിൽക്കൽ നിന്നുകൊണ്ട് അയാൾ പൂട്ടിയ താഴിൽ പിടിച്ചു.

"നിങ്ങൾ ശ്രദ്ധിച്ചുവോ ചങ്ങാതിമാരേ..? അറയുടെ ഉള്ളിൽ അരണ്ട വെളിച്ചമുണ്ട്...

അടച്ചിട്ട അറയിൽ ആരാണ് ദീപം കത്തിച്ചത്? വരൂ നമുക്കീ താഴ് തുറന്നകത്തു പ്രവേശിക്കാം."

പെട്ടന്നാണ് ലേബറാണിയുടെ ശബ്ദമുയർന്നുകേട്ടത്.

"അരുതു... ആ അറക്കുള്ളിൽ ഫറവോ ദേവിയുടെ ആത്മാവ് കുടികൊള്ളുന്നുണ്ട്.

പൂജാകർമ്മങ്ങൾക്ക് മുൻപേ അറ തുറന്നാൽ കോപിഷ്ടയായ ആത്മാവ് തീർച്ചയായും അത് ചെയ്തയാളോട് പ്രതികാരം ചെയ്യുമെന്ന് നിങ്ങൾക്കറിയില്ലേ സേവകരേ?"

" മഹാറാണി, അതിനകത്തൊരു പ്രകാശം കണ്ടിരുന്നു. അതുകൊണ്ടാണ് ഞങ്ങൾ..."

"അത് ഞങ്ങളും കാണാറുണ്ട്. പലരാത്രികളിലും നമ്മുടെ തോഴിമാർ ഭയന്നുനിലവിളിക്കാറുണ്ട്... അതിനുശേഷം ആ അറയുടെ അടുത്തേക്കവർ പോയിട്ടില്ല..."

ഭയന്ന് നിൽക്കുന്ന ലേബറാണിയുടെ മുഖത്തു നോക്കിയപ്പോൾ അംഗരക്ഷകർക്കും ഭയം തോന്നിത്തുടങ്ങിയിരുന്നു.

ഫറവോ ദേവിയുടെ ആത്മാവിനെ പരീക്ഷിക്കാനുള്ള ധൈര്യം അവരിലാരിലും ഉണ്ടായിരുന്നില്ല.

അന്ധവിശ്വാസം കൂടപ്പിറപ്പായ ജനതയാണവർ. അതുകൊണ്ടുതന്നെ പരസ്പരം നോക്കിക്കൊണ്ടവർ പതുക്കെ പിൻവാങ്ങി..

അറയ്ക്കുള്ളിൽ ഭയപരവശയായ മെർണീത് ഹോറസിന്റെ നെഞ്ചിലേക്ക് ഒന്നുകൂടി പറ്റിച്ചേർന്നു. കുമാരിയെ നെഞ്ചോട് ചേർത്തുപിടിച്ചുകൊണ്ട് ആ ചെറിയ ദീപം അദ്ദേഹം ഊതിയണച്ചു.

മെർണീത് തളർന്ന കണ്ണുകളുയർത്തി

കുമാരനെ നോക്കി.

"പ്രഭോ... ഇപ്പോൾ ഞാനൊരു രാജ്യദ്രോഹിയാണ്. എന്നോടൊപ്പമാണ് പിടിക്കപ്പെടുന്നതെങ്കിൽ അങ്ങയേയും രാജ്യദ്രോഹം ചുമത്തി ഫറവോ കൊലപ്പെടുത്തും. അതിനേക്കാൾ, അങ്ങ് സുരക്ഷിതനായിരിക്കുന്നു എന്ന വിശ്വാസത്തോടെ മരിക്കുവാനാണ് ഞാനാഗ്രഹിക്കുന്നത്."

തന്നെ ചുറ്റിയിരിക്കുന്ന കുമാരന്റെ കൈകൾ ഒന്നുകൂടി മുറുകുന്നത് അവളറിഞ്ഞു. നെറ്റിനിൽ ചൂടുനിശ്വാസമറിഞ്ഞ കുമാരി പതുക്കെ മുഖമുയർത്തി.

അവളുടെ നെറ്റിയിൽ അധരങ്ങളർത്തിക്കൊണ്ട് അദ്ദേഹം മന്ത്രിച്ചു.

"ഈ ഭൂവിൽ എനിക്കായി അവശേഷിക്കുന്ന ഏകവ്യക്തി, പ്രിയപ്പെട്ടവളേ, അത് നീയാകുന്നു.

മരണം കൊണ്ടുപോലും നിന്നെ തനിച്ചാക്കി പിരിയുവാൻ നാമാഗ്രഹിക്കുന്നില്ല".

മെർണീതിന്റെ കണ്ണുകളിൽ അഗാധമായ സ്നേഹം തിളങ്ങിനിന്നു. കുമാരന്റെ കഴുത്തിലൂടെ കൈ കോർത്തുകൊണ്ട് അദ്ദേഹത്തിന്റെ മുഖം തന്നിലേക്കണച്ച് അവൾ കുമാരന്റെ നെറ്റിയിലും കവിൾത്തടങ്ങളിലും മൃദുവായി ചുംബിച്ചു.

ഫറവോയുടെ നിർദേശമനുസരിച്ചു മന്ത്രിമുഖ്യൻ മുഖംകാണിക്കാനെത്തുമ്പോൾ ഫറവോ തീന്മേശയ്ക്കരികിലായിരുന്നു.

മൽസ്യമാംസാദികളോട്കൂടിയ വിശാലമായ ഭക്ഷണരീതിയാണ് അദ്ദേഹത്തിന്റേത്. മന്ത്രിയുടെ മുഖത്തേക്ക് പുച്ഛത്തോടെ നോക്കിക്കൊണ്ട് ഫറവോ ചോദിച്ചു.

"താങ്കളുടെ മകളെപ്പറ്റി എന്തെങ്കിലും വിവരം ലഭിച്ചുവോ മന്ത്രിമുഖ്യാ?

"ഇല്ല പ്രഭോ, ഈ നിമിഷം വരെ അടിയനും തിരച്ചിലിലായിരുന്നു. ഒരു വിവരവും ലഭിച്ചിട്ടില്ല."

“എങ്കിൽ നമുക്ക് ലഭിച്ചിട്ടുണ്ട്!”

ഒന്ന് ഞെട്ടിയെങ്കിലും വൃദ്ധൻ അത് പുറത്തുകാണിക്കാതെ തീർത്തും നിസ്സംഗനായി നിന്നുകൊണ്ട് ഫറവോയുടെ പാത്രത്തിലേക്ക് ആട്ടിറച്ചി വിളമ്പി...

ഫറവോ. അയാളുടെ മുഖത്തേക്ക് സൂക്ഷിച്ചുനോക്കിയെങ്കിലും ഒരു ഭാവമാറ്റവും കണ്ടെത്താനായില്ല.

“കൊട്ടാരവളപ്പിനു പുറത്തു ഹോറസിന്റെ കുതിരയുണ്ട്, പ്രാണനെപ്പോലെ സ്നേഹിക്കുന്ന യജമാനൻ ഉള്ളിലുള്ളതുകൊണ്ടാണ് അതെങ്ങോട്ടും പോകാത്തത്.

പുലരുന്നതിനുമുന്നെ തീർച്ചയായും നമ്മുടെ അംഗരക്ഷകരുടെ കൈപ്പിടിയിലൊതുങ്ങുമവർ. അങ്ങനെയെങ്കിൽ ഇന്ന് തടസ്സപ്പെട്ട ബലി നാളെ നടക്കും ഈ കൊട്ടാരത്തിൽ”.

ക്രൗര്യം ഓളം വെട്ടുന്ന ഫറവോയുടെ മുഖത്തേക്ക് നോക്കിയപ്പോൾ വൃദ്ധന്റെ ഹൃദയം വിറകൊണ്ടു. പക്ഷെ, താൻ ഇത്രയൊക്കെ ഭയപ്പെടുത്തിയിട്ടും വൃദ്ധന്റെ മുഖത്തെ നിസ്സംഗഭാവം ഫറവോയിൽ അത്ഭുതമുണർത്തുകയാണുണ്ടായത്.

അറയുടെ വാതിൽക്കലെത്തിയ അംഗരക്ഷകരെ കണ്ടതോടെ ഫറവോയുടെ ഭാവം മാറി.

ഫറവോയുടെ അരികിലെത്തി വണങ്ങിയ അംഗരക്ഷകരിൽ നിന്നും ലഭിച്ച വാർത്ത ഫറവോയെ നിരാശാഭരിതനാക്കി.

“ആ വെള്ളക്കുതിര പുറത്തുള്ളിടത്തോളം ഹോറസ് കൊട്ടാരം വിടില്ല... ഇന്ന് രാത്രി മുഴുവൻ നിങ്ങളുറങ്ങാതെ കാവലിരിക്കണം.

ജീവനോടെ പിടിക്കാനായില്ലെങ്കിൽ വധിക്കാനുള്ള അധികാരവും നാം അനുവദിച്ചിരിക്കുന്നു. കൊട്ടാരത്തിൽ എല്ലാഭാഗവും പരിശോധിച്ചുകഴിഞ്ഞോ നിങ്ങൾ?”

“ഉവ്വ് പ്രഭോ... ഫറവോ റാണിയുടെ അടച്ചിട്ട അറയും ലേബറാണിയുടെ കിടപ്പറയുമൊഴികെ മറ്റെല്ലായിടത്തും പരിശോധിച്ചു ഞങ്ങൾ.”

മന്ത്രിമുഖ്യന്റെ നെഞ്ചിടിപ്പ് കൂടി. മുഖം വിവർണ്ണമായി. തല കുനിച്ചുകൊണ്ട് അദ്ദേഹം വീഞ്ഞിനോടൊപ്പം, നെയ്യിൽ വറുത്തെടുത്ത പ്രാവിറച്ചിയും ഫറവോയുടെ തളികയിലേക്ക് വിളമ്പി.

ബാർലി വാറ്റിയ വീഞ്ഞും, വറുത്ത പ്രാവിറച്ചിയും ഫറവോയുടെ പ്രിയവിഭവങ്ങളാണ്. ഒരുകൈ നിറയെ മാംസം വായിലിട്ട് ചവച്ചുകൊണ്ട് ഫറവോ മുഖമുയർത്തി. കണ്ണുകളിൽ കുടിലത തിളങ്ങുന്നു...

“ആ അറയും പരിശോധിച്ച് വരൂ...”

"പ്രഭോ.. പക്ഷെ ആ അറയിൽ പൂജ കഴിഞ്ഞിട്ടില്ല".

"മറുവാദം ആവശ്യമില്ല. എത്രയും വേഗമാവട്ടെ."

ഫറവോയുടെ ആജ്ഞ ശിരസ്സാവഹിച്ചു കൊണ്ട് അംഗരക്ഷകർ അറ വിട്ടിറങ്ങുമ്പോൾ വൃദ്ധനായ മന്ത്രി തന്റെ തളർന്ന കാലുകൾ വലിച്ചു വച്ചു വേച്ചുവേച്ചു പിറകിലേക്ക് മാറിനിന്നു...

അതുനോക്കിക്കൊണ്ട് ക്രൂരമായ പുഞ്ചിരിയോടെ മുൻപിലുള്ള വീഞ്ഞുഭരണിയിലെ അവസാനതുള്ളിയും ഫറവോ വലിച്ചുകുടിച്ചു...

അധ്യായം 24

“ആ അറ തുറന്നു ഫറവോ റാണിയുടെ ശാപം സ്വീകരിക്കുവാൻ ഒരുങ്ങിയാണോ വീണ്ടും വന്നിരിക്കുന്നത്?”

അന്തപ്പുരത്തിനു പുറത്തുനിൽക്കുന്ന അംഗരക്ഷകരോട് കോപത്തോടെ ലേബ റാണി ചോദിച്ചു.കൊട്ടാരത്തിന്റെ ഇടനാഴിയിലെ ശില്പചാതുര്യം നിറഞ്ഞ വലിയ ലോഹത്തൂണിന് പിറകിൽ അംഗരക്ഷകർ ഫറവോരാജാവിന്റെ ഏത് കല്പനയും അനുസരിക്കാൻ സന്നദ്ധരാണ് എന്ന ഭാവത്തിൽ നിന്നു.

“തോഴീ... അറയുടെ താക്കോൽ.”

റാണിയുടെ കണ്ണുകളിലെ സംജ്ഞ മനസിലാക്കിയ തോഴി, താക്കോൽകൂട്ടം റാണിയുടെ കൈകളിൽ വച്ചുകൊടുത്തശേഷം കുറച്ചു പിറകിലായി നിലയുറപ്പിച്ചു.

ഉള്ളിലുള്ള ഭയം പ്രകടമാക്കാതെ റാണി അതിൽനിന്നും ഒരു താക്കോലെടുത്തു അംഗരക്ഷകർക്ക് കൊടുത്തു.

തിടുക്കത്തിൽ താക്കോലുമായി കടന്നുപോയ അംഗരക്ഷകർ തങ്ങൾക്ക് പിറകിൽ നിൽക്കുന്ന സ്ത്രീകളുടെ കണ്ണുകളിലെ ഭീതി ശ്രദ്ധിച്ചില്ല.

ഭക്ഷണശേഷം വിശ്രമമന്ദിരത്തിനു പുറത്തു ഉലാത്തുകയായിരുന്നു ഫറവോ. കുറച്ചകലെ, നിശ്ശബ്ദനായി മന്ത്രിമുഖ്യനും നിലകൊണ്ടു. ഇത്രയും സംഭവവികാസങ്ങൾക്കിടയിലും വൃദ്ധന്റെ മനോധൈര്യം ഫറവോയെ അതിശയിപ്പിക്കുന്നുണ്ടായിരുന്നു.

അല്ലെങ്കിലും എന്നും വൃദ്ധൻ തന്നെ അതിശ്യയിപ്പിച്ചിട്ടേയുള്ളു.

കുടിലബുദ്ധിയിലും തന്ത്രങ്ങളിലും അയാളെ വെല്ലാനാരുമുണ്ടായിരുന്നില്ല ദേശത്ത്. മെർണീതിനെ തനിക്ക് സമർപ്പിക്കാൻ സമ്മതിച്ചിരുന്നെങ്കിൽ ഇന്നും വൃദ്ധൻ തനിക്ക് പ്രിയപ്പെട്ടവനായിരുന്നേനേ. എന്നാണ് റംസീസ് ആലോചിച്ചത്.

അന്തരീക്ഷമാകെ മേഘാവൃതമായിരുന്നു. ഉച്ചമുതൽ വീശിയ പൊ

ടിക്കാറ്റടങ്ങി തണുത്ത കാറ്റ് വീശുന്നുണ്ടായിരുന്നു. പെട്ടന്നെങ്ങുനിന്നോ ആരോ വാരിയെറിഞ്ഞതുപോലെ മഴ പെയ്തു.

മുല്ലമൊട്ടുകളുടെ വലിപ്പമുള്ള വലിയ തുള്ളികളുമായി വർഷമേഘം ഉണങ്ങിയ ഈജിപ്തിന്റെ മണ്ണിലേക്ക് ശക്തിയായി പെയ്തിറങ്ങി.

മുഖത്തേക്ക് ജലത്തുള്ളികൾ തെറിച്ചപ്പോൾ കണ്ണുകളിൽ വേദന അനുഭവപ്പെട്ടു റംസീസിന്.

പുറകോട്ട് വേച്ചുപോയ ഫറവോ പെട്ടന്നുതന്നെ നേരെനിന്നു. വീഞ്ഞ് തന്റെ മസ്തിഷ്കത്തെ ഇത്രപെട്ടെന്ന് ബാധിച്ചുതുടങ്ങിയോ?

ആദ്യമായല്ല താൻ വീഞ്ഞ് കുടിക്കുന്നത്.ചെറുതായി വിയർക്കുന്ന ദേഹവുമായി അയാൾ അറയിലേക്ക് തിരിച്ചുകയറി ഇരിപ്പിടത്തിലേക്കമർന്നു.

മന്ത്രി നീട്ടിയ പട്ടുതൂവാലയിൽ മുഖം തുടച്ചുകൊണ്ട് കുറച്ചു വെള്ളം കൊണ്ടുവരാൻ വൃദ്ധനോട് ആവശ്യപ്പെട്ടു.

"മഹാറാണീ..താക്കോൽ മാറിപ്പോയിരിക്കുന്നു ഇതല്ല ആ താഴിന്റെ താക്കോൽ."

അംഗരക്ഷകരുടെ മുഖത്തെ സംശയഭാവം ലേബറാണിയിൽ ഭയമുണർത്തി. ഏതുനിമിഷവും അവർ അന്തപ്പുരത്തിലേക്ക് കയറി പരിശോധിച്ചേക്കാം. അവർ മുഖത്തു ഗൗരവമെടുത്തണിഞ്ഞുകൊണ്ട് ഈജിപ്തിന്റെ മഹാറാണിയായി.

"നമ്മുടെ കൈവശമുള്ളതാണ് തന്നുകഴിഞ്ഞത്. നിങ്ങൾക്ക് പോകാം."

പരുങ്ങലോടെ അംഗരക്ഷകർ പുറത്തുകടന്നു. അറ പരിശോധിക്കാതെ ഫറവോയുടെ മുന്നിലേക്ക് ചെല്ലുവാനുള്ള ധൈര്യമുണ്ടായിരുന്നില്ല ആർക്കും.

കുറച്ചുസമയത്തെ ചർച്ചകൾക്ക് ശേഷം കിളിവാതിൽ പറിച്ചുമാറ്റി ഉള്ളിൽ കടക്കുവാൻ തീരുമാനിച്ച ശേഷമവർ അതിനുള്ള ഒരുക്കങ്ങൾ ആരംഭിച്ചു. ഇതെല്ലാം കണ്ടുകൊണ്ട് വർദ്ധിച്ചുവരുന്ന ഹൃദയമിടിപ്പോടെ ലേബറാണിയും തോഴിമാരും അന്തപ്പുരത്തിനുള്ളിൽ തളർന്നിരുന്നു.

ഫറവോ മുഖമുയർത്തി മന്ത്രിയെ നോക്കി. എവിടെനിന്നോ ഒരു മുഴക്കം കേൾക്കുന്നുവോ? എഴുന്നേൽക്കാൻ ശ്രമിക്കുമ്പോളൊക്കെ കാലിടറുന്നു.

ഇന്നത്തെ വീഞ്ഞിനു വീര്യം കൂടുതലാവാം... ഇരിപ്പിടത്തിൽ ചാരിക്കിടന്നുകൊണ്ട് കുഴഞ്ഞ ശബ്ദത്തിൽ അയാൾ വൃദ്ധനോട് പറഞ്ഞു.

"ഹേ, മന്ത്രിമുഖ്യാ, ജീവിക്കാനറിയാത്ത ഒരു വിഡ്ഢിയാണ് താങ്കൾ".

വൃദ്ധൻ തലകുമ്പിട്ടുതന്നെ നിന്നുകൊണ്ട് പിറുപിറുത്തു.

"അതെ പ്രഭോ, അതുകൊണ്ടാണല്ലോ അങ്ങയുടെ മാതാവിനെ വധിക്കാനുള്ള ശ്രമത്തിൽ അടിയൻ സഹായിച്ചത്, രാജസിംഹാസനത്തിന്റെ ശരിയായ അവകാശിയായ ഹോറസ് കുമാരനെ ചതിക്കാൻ കൂട്ടുനിന്നത്. മഹാറാണിയുടെ ഭരണത്തിലുടനീളം അവർക്ക് മുന്നിൽവന്ന ഓരോ തടസ്സങ്ങളെയും ചതിച്ചും ബലം പ്രയോഗിച്ചും ഇല്ലാതാക്കിയത്. ഒടുവിൽ ഫറവോറാണിക്ക് മാനസാന്തരം ഉണ്ടായി അങ്ങയെ സ്ഥാനഭ്രഷ്ടനാക്കുമോ എന്ന ഭയത്താൽ സ്വന്തം മാതാവിനെ അങ്ങ് വിഷം കലർത്തിയ ഭക്ഷണമാണ് നൽകിയതെന്നറിഞ്ഞിട്ടും നിശ്ശബ്ദത പാലിച്ചത്... പിന്നീടിതുവരെയും, സ്വന്തം പുത്രിയെ വേട്ടയാടുന്നവനാണെന്നറിഞ്ഞിട്ടും അങ്ങയെ സേവിച്ചത്"...

ഫറവോയിൽ ഞെട്ടൽ പ്രകടമായി. ചുറ്റിനും നോക്കിക്കൊണ്ട് എഴുന്നേൽക്കാനാഞ്ഞ അയാളുടെ മുന്നിലേക്ക് അംഗരക്ഷകരിൽ ഒരുവൻ ഓടിവന്നു.

"അവർ രണ്ടുപേരും ആ അറയിൽ ഉണ്ട് പ്രഭോ... എത്രയുംവേഗം അവിടുന്നങ്ങോട്ട് എഴുന്നള്ളിയാലും. ഞങ്ങൾ അവരെ കീഴ്പ്പെടുത്തിക്കൊണ്ടിരിക്കയാണ്."

വിവരമുണർത്തിച്ചശേഷം ശീഘ്രം വിടവാങ്ങിയ അംഗരക്ഷകന്റെ വാക്കുകൾ സ്വപ്നത്തിലെന്നപോലെയാണ് ഫറവോ കേട്ടത്. കുഴഞ്ഞുപോകുന്ന കാലുകൾ പെറുക്കിവച്ചുകൊണ്ട് അയാൾ പതുക്കെ അങ്ങോട്ടേക്ക് നീങ്ങി.

* * * * *

കിളിവാതിൽ തകരുന്ന ശബ്ദം കേട്ടപ്പോൾ തന്നെ ഹോറസ് എഴുന്നേറ്റുനിന്നു.

ഇത് തന്റെ അവസാനത്തെ രക്ഷാമാർഗമാണ്.

ഇവിടെ തോറ്റാൽ രണ്ടുപേർക്കും കഴുമരം മാത്രമാവുമിനി. അവർ മൂന്ന് പേരുണ്ടായിരുന്നു. ആദ്യം അകത്തേക്ക് കയറാൻവേണ്ടി കാലുവച്ചവന്റെ കാലിൽ പിടുത്തമിട്ടു കുമാരൻ.

സകലശക്തിയും തന്റെ കൈകളിലേക്ക് ആവാഹിച്ചുകൊണ്ട് ദീർഘമായൊരു ശ്വാസത്തോടെ അവന്റെ ശരീരത്തെ ആഞ്ഞുവലിച്ചുയർത്തിക്കൊണ്ടു കൊത്തുപണികളുള്ള അലങ്കാരക്കട്ടിലിന്റെ കാൽക്കലായി നിർമ്മിച്ചിട്ടുള്ള വലിയ പിച്ചളമൊട്ടിലേക്ക് ആഞ്ഞടിച്ചു.

അയാളുടെ ശിരസ് പിളരുന്ന ശബ്ദം കേട്ട് മെർണീത് നടുങ്ങിവിറച്ചു.

പുറകെ ഇറങ്ങിവന്ന രണ്ടുപേരും രക്തം ചീറ്റിത്തെറിക്കുന്ന അയാളുടെ ശിരസ് കണ്ട് പകച്ചുനിന്നുപോയി.

ഫറവോ ഇടനാഴിയിലൂടെ ഇടറുന്ന കാലുകൾ വലിച്ചുവച്ചു നടന്നു.

മുന്നിലെ കാഴ്ചകൾക്ക് മങ്ങൽ വന്നതുപോലെ തോന്നി അദ്ദേഹത്തിന്.

ഈ രാത്രി വീഞ്ഞ് കഴിച്ചത് വിഡ്ഢിത്തമായിപ്പോയി..

ശരീരം മൊത്തം വിയർത്തിരിക്കുന്നു.

കാലുകൾ മുന്നോട്ടേക്ക് നീങ്ങുന്നില്ല.

അയാൾ ഇടനാഴിയുടെ ചുവരിൽ ചാരിനിന്ന് പുറകിലേക്ക് നോക്കി.

മങ്ങിയ കാഴ്ചയായി വൃദ്ധൻ പിറകിലുണ്ട്.മറ്റു കാവൽക്കാർ ആരുമില്ല ഇടനാഴിയിൽ.

“ഇന്നത്തെ വീഞ്ഞ് തയ്യാറാക്കിയത് ആരാണ് മന്ത്രിമുഖ്യാ ? അതിൽ പിഴവ് വന്നിട്ടുണ്ടോ എന്നന്വേഷിക്കൂ.”

“ഞാൻ തന്നെ തയ്യാറാക്കിയതാണ് പ്രഭോ... പിഴവൊന്നുമുണ്ടായിട്ടില്ല... അതിൽ വിഷം കലർത്തിയതാണ്. ഉള്ളിലെത്തി അരനാഴിക കൊണ്ട് പതുക്കെപ്പതുക്കെ പഞ്ചേന്ദ്രിയങ്ങളുടെ പ്രവർത്തനം നിലയ്ക്കും. പക്ഷെ അങ്ങ് ഭയപ്പെടേണ്ട. മരണം സംഭവിക്കില്ല.”

വൃദ്ധന്റെ സ്വരം മഞ്ഞുകട്ട പോലെ തണുത്തതും വികാരരഹിതവുമായിരുന്നു. കേട്ട വാക്കുകളെ വിശ്വസിക്കാനാവാതെ ഞെട്ടിത്തിരിഞ്ഞ ഫറവോയ്ക്ക് ആ ഇരുണ്ട ഇടനാഴിയിൽ ജ്വലിച്ചു നിൽക്കുന്ന രണ്ടു കണ്ണുകൾ മാത്രമേ കാണാൻ കഴിഞ്ഞുള്ളു...ഭയം അയാളുടെ പാദം മുതൽ തളരുന്ന ശരീരത്തിലെ, ഓരോ അവയവങ്ങളിലേക്കും ഇരച്ചു കയറിക്കൊണ്ടിരുന്നു.

അലറിക്കരഞ്ഞുകൊണ്ട് അയാൾ വൃദ്ധന്റെ കഴുത്തിൽ തന്റെ ശക്തിയുള്ള കരങ്ങൾ കൊണ്ട് ആഞ്ഞമർത്തി.ശ്വാസം കിട്ടാതെ പിടയുന്ന വൃദ്ധനെ തന്റെ ശരീരത്തിലെ അവസാനബലവും കൈകളിലേക്ക് ആവാഹിച്ചുകൊണ്ടയാൾ മുകളിലേക്കുയർത്തി.

ഇടയ്ക്കിടെ മുഴങ്ങുന്ന ഇടിനാദത്തിന്റെ അകമ്പടിയോടെ പുറത്തു മഴ കോരിച്ചൊരിഞ്ഞു.

കൊട്ടാരത്തിനുപുറത്തുള്ള രണ്ട് കാവൽക്കാരൊഴികെ ബാക്കിയെല്ലാ ഭടന്മാരും രാജ്യം മുഴുവൻ മെർണീതിനായി ആ പെരുമഴയത്തു തിരഞ്ഞുകൊണ്ടിരുന്നു.

അധ്യായം 25

തല പിളരുമ്പോളുള്ള ഒരാക്രന്ദനമല്ലാതൊ ഒരു ശബ്ദവുമുണ്ടായില്ല ഒന്നാമനിൽ നിന്നും. അവനുപിറകേ, കിളിവാതിലിലൂടെ അറയിലേക്ക് നുഴഞ്ഞിറങ്ങിവന്ന രണ്ടംഗരക്ഷകരെയും ഹോറസ് വീക്ഷിച്ചു. ശാരീരികമായി മല്ലന്മാരാണെങ്കിലും തന്നെക്കാൾ ഉയരം കുറവാണു രണ്ടുപേർക്കും അതുകൊണ്ടുതന്നെ ദ്വന്ദയുദ്ധമാവും ഉചിതമെന്നു ഹോറസ് കണക്കുകൂട്ടി.

അഭ്യാസക്കളരിയിലെ ആയുധമുറകൾ ഓരോന്നായി അദ്ദേഹത്തിന്റെ മനസ്സിലേക്ക് അലയടിച്ചെത്തിക്കൊണ്ടിരുന്നു.

ഒന്നാമന്റെ പതനം കണ്ട് വിരണ്ടു നിൽക്കുകയാണിരുവരും. സമയം കളയാതെ മുന്നോട്ട് നീങ്ങിയ കുമാരന്റെ നേർക്ക് രണ്ടുപേരും ഒരേസമയം ചാടിവീണു വട്ടംപിടിച്ചു.

കാലിടറിവീഴാൻ ഭാവിച്ച കുമാരനെ ചുമലിലൂടെ കൈകൾ കൊണ്ട് പൂട്ടി നിലത്തേക്ക് വളച്ചുപിടിച്ചു രണ്ടാമൻ. പിറകിൽനിന്നും തന്റെ രണ്ടു മുഷ്ടിയും ചുരുട്ടി അദ്ദേഹത്തിന്റെ കഴുത്തിന് പുറകിൽ ശക്തമായ താഡനമേൽപ്പിച്ചു മൂന്നാമൻ.

രണ്ടുതവണ കൂടി അതേ ശക്തിയിൽ പ്രഹരമേറ്റാൽ താൻ അബോധാവസ്ഥയിലാകുമെന്നു മനസിലാക്കിയ കുമാരൻ കാലുകൾപരമാവധി അകറ്റിക്കൊണ്ട്, താഴേക്ക് വളഞ്ഞശേഷം തന്റെ കാലുകൾക്കിടയിലൂടെ പുറകിലുള്ള മല്ലന്റെ കാലുകളെ മുന്നോട്ടേക്ക് ആഞ്ഞുവലിച്ചു. നിലതെറ്റി തലയടിച്ചുവീണ അയാളുടെ നെഞ്ചിൽ രണ്ടുമുട്ടുകാലുകളുമുപയോഗിച്ച് ശക്തമായ താഡനമേൽപ്പിച്ചുകൊണ്ട് തന്റെ ശരീരത്തിന്റെ മുഴുവൻ ഭാരവും കാലുകളിലേക്കാവാഹിച്ച ശേഷം സർവശക്തിയും സംഭരിച്ച് ഒരലർച്ചയോടെ ശക്തിയായി അവന്റെ നെഞ്ചിൻകൂടിനെ ഞെരിച്ചമർത്തി.

ഇടനാഴിയിൽ, ഫറവോയുടെ കൈക്കുള്ളിൽ ശ്വാസം കിട്ടാതെ പിടയുന്ന മന്ത്രിമുഖ്യൻ തന്റെ വലതുകരം നിവർത്തി ചൂണ്ടുവിരലും നടു

വിരലും ചേർത്തുപിണച്ചുകൊണ്ട് ഫറവോയുടെ വാരിയെല്ലുകൾക്കിടയിൽ ദണ്ഡനമേൽപ്പിച്ചു. പെട്ടന്നുള്ള വേദനയിൽ പിടഞ്ഞ ഫറവോയുടെ അയഞ്ഞ കൈകൾക്കുള്ളിൽനിന്നും വൃദ്ധൻ ഊർന്നുമാറി. വീണ്ടും പിടിക്കാനായുന്ന ഫറവോയുടെ നേരെ തിരിഞ്ഞ വൃദ്ധന്റെ കണ്ണുകളിൽ ആവേശം ഒളിമിന്നി.

"ഫറവോ റംസീസ് എന്ന ദുഷ്ടനായ ഭരണാധികാരിയുടെ ഭരണകാലം ഇവിടെ അവസാനിക്കയാണ് പ്രഭോ.! ഇനി ഈജിപ്തിനു പുതിയ ഭരണമാണ്. മഹാരാജാവ് തുത്മോസിസിന്റെ അവസാനാഭിലാഷം പോലെ ഹോറസ് കുമാരൻ, ഈജിപ്തിന്റെ നാഥൻ. അവനാണിനി പ്രജകളുടെ പുതിയ ഫറവോ."

അട്ടഹസിച്ചുകൊണ്ടു തനിക്ക്നേരെ വരുന്ന ഫറവോയിൽ നിന്നും ഒഴിഞ്ഞുമാറിക്കൊണ്ട് വൃദ്ധൻ ഒരു ഭ്രാന്തനെപ്പോലെ, പ്രതികാരാഗ്നിയിലെരിയുന്ന വാക്കുകളെ ഫറവോയുടെ മുഖത്തേക്ക് ചവച്ചുതുപ്പി.

"ഇനിയെന്റെ മകളാണ് രാജ്യത്തിന്റെ പട്ടമഹിഷി. നിന്റെ ഔദാര്യത്തിൽ വെപ്പാട്ടിയാവാനുള്ളവളല്ല എന്റെ പുത്രി...അവൾ റാണിയാണ്... മഹാറാണി... നീയും നിന്റെ സന്തതിപരമ്പരകളും ഇനി അവൾക്ക് കീഴിൽ".

വിജയോന്മാദത്താൽ അട്ടഹസിക്കുന്ന വൃദ്ധന് നേർക്ക് സൂക്ഷിച്ചു നോക്കി ഫറവോ. ഒരു നിഴൽ മാത്രമേ കാണാൻ കഴിയുന്നുള്ളൂ. കാഴ്ച പൂർണ്ണമായും മങ്ങിത്തുടങ്ങിയിരിക്കുന്നു. ശരീരമാകെ തളരുന്നു... ഇനി ഒരടി മുന്നോട്ട് നീങ്ങാനാവില്ല... അയാൾ പതുക്കെ മുട്ടുകുത്തി തറയിലേക്കിരുന്നു... തനിക്ക് മുന്നിൽ അട്ടഹസിക്കുകയും പിറുപിറുക്കുകയും ചെയ്യുന്ന നിഴലിനെ സൂക്ഷിച്ചുനോക്കിക്കൊണ്ട് അരപ്പട്ടയിൽനിന്നും കഠാര വലിച്ചൂരിയെടുത്ത് അയാൾ വൃദ്ധന്റെ നെഞ്ചിനെ ലക്ഷ്യം വച്ചു ആഞ്ഞെറിഞ്ഞു.

തനിക്ക് മുന്നിൽ നെഞ്ചിൻകൂട് തകർന്ന് രക്തം ഛർദിച്ച രണ്ടാമന്റെ ശരീരത്തിലേക്ക് നോക്കി ഒരുനിമിഷം പകച്ചുനിന്നുപോയി മൂന്നാമത്തെ മല്ലൻ. അത് മതിയായിരുന്നു ഹോറസിന്. ചാടിയുയർന്നു കാൽപാദം നിവർത്തി മൂന്നാമന്റെ ചെവിത്തടം ലക്ഷ്യമാക്കി വീശിയടിച്ചു അദ്ദേഹം.

അലർച്ചയോടെ ഒന്നുതിരിഞ്ഞു മുട്ടുകുത്തിവീണ അയാളുടെ ചുമലിലേക്ക് ചാടിക്കയറി രണ്ടുകൈകളും കഴുത്തിൽ ചേർത്തുപിടിച്ചശേഷം സകലശക്തിയും കൈകളിലേക്കാവാഹിച്ചുകൊണ്ട് ഒന്നാഞ്ഞുതിരിച്ചു. തലയറുക്കപ്പെട്ട ബലിമൃഗത്തിന്റെ കഴുത്തിൽനിന്നും വരുന്നതു

പോലുള്ള വല്ലാത്തൊരു അമറലോടെ കഴുത്തൊടിഞ്ഞ അയാളുടെ ശരീരം നിലത്തേക്ക് മുഖം പൊത്തി വീണു.

ഫറവോയെ വിവരമറിയിച്ചശേഷം അറയിലേക്ക് കിളിവാതിലിലൂടെ ഊർന്നിറങ്ങിയ നാലാമത്തെ അംഗരക്ഷകന്റെ മുന്നിൽ തന്റെ മൂന്നു ചങ്ങാതിമാരുടെ ശരീരങ്ങളും തലങ്ങും വിലങ്ങുമായിഅനക്കമറ്റ് കിടന്നു.

ഭയം കൊണ്ട് വിളറി മുഖമുയർത്തിയ അയാളുടെ മുന്നിൽ ഹോറസ് നെഞ്ചുവിരിച്ചു, കാലുകൾ അകറ്റിവച്ച്, കൈകൾ രണ്ടും പിറകിൽ പിണച്ചുകെട്ടി അക്ഷോഭ്യനായി നിലകൊണ്ടു. പിന്തിരിഞ്ഞോടിയാൽ ഫറവോയുടെ കൈകൊണ്ട് മരണം സുനിശ്ചിതമെന്നറിയാവുന്ന അയാൾ അവസാനശ്രമമെന്ന നിലയിൽ അരപ്പട്ടയിൽ നിന്നും കഠാര വലിച്ചൂരി ഹോറസിന് നേരെ ആഞ്ഞുവീശി.

ഒരു ചുവടു പിന്നിലേക്ക് മാറിയ കുമാരൻ താഴ്ന്നുവരുന്ന അയാളുടെ കൈത്തണ്ടയെ ലക്ഷ്യമാക്കി വലത് കൈപ്പത്തിയിൽ ശക്തി കേന്ദ്രീകരിച്ചുകൊണ്ട് ആഞ്ഞുവെട്ടി.

വേദനകൊണ്ടു പുളഞ്ഞ അയാളുടെ കൈയിൽ നിന്ന് കഠാര താഴെ വീണു.

കൈ കുടഞ്ഞുകൊണ്ടു കുമാരന് നേരെ തിരിഞ്ഞ അയാളുടെ മുന്നിൽ കാൽമുട്ടുകൾ വളച്ചു അരമണ്ഡലത്തിൽ നിന്നു രണ്ടുകൈകളും കുറുകെ വച്ചു ഹോറസ് തയ്യാറായി നിന്നു.

കുമാരന്റെ കഴുത്തിനെ ലക്ഷ്യമാക്കി ഉയർന്നുവീശിയ മല്ലന്റെ കൈകളെ ദ്രുതഗതിയിൽ മറുതട വച്ച് തടഞ്ഞുകൊണ്ടദ്ദേഹം എതിരാളിയുടെ കണ്ണുകളിലേക്ക് സൂക്ഷിച്ചുനോക്കി ഓരോ ചുവടായി പിന്നിലേക്ക് നീങ്ങിക്കൊണ്ടിരുന്നു. ആവേശത്തോടെ പൊരുതിക്കയറിയ മല്ലനെ ഒൻപതാമത്തെ പിൻചുവടിൽ ഇടം തിരിഞ്ഞു വലതുകൈയാൽ വാരിയെല്ലിനിടയിൽ കഠിനക്ഷതമേല്പിച്ചശേഷം പുറകിലേക്ക് മറിഞ്ഞ് രണ്ടുകൈകളും പിറകിലേക്ക് വലിച്ചുപിടിച്ചുകൊണ്ട് പുറംചുമലിൽ കാലുകൾ താഴ്ത്തിക്കൊണ്ടമർന്നിരുന്നു.

വേദന കൊണ്ടലറിക്കരയുന്ന മല്ലന്റെ രണ്ടുകൈകളും പരമാവധി ശക്തിയോടെ പിറകിലേക്ക് വലിച്ചുപിടിച്ചു കുമാരൻ .

തോൾപലക പറിയുന്ന വേദനയിൽ അയാൾ അലറിക്കരഞ്ഞു.

* * * * *

കൊട്ടാരത്തിനുപുറത്തു കനത്ത മഴ കോരിച്ചൊരിഞ്ഞുകൊണ്ടിരുന്നു.

ഇത്രയും കനത്തമഴ ഈജിപ്തിൽ ഇതുവരെ ഉണ്ടായിട്ടുണ്ടാവില്ലെ

ന്നു ലേബറാണി ഒരുൾക്കിടിലത്തോടെ ഓർമ്മിച്ചു. മട്ടുപ്പാവിൽ നിൽക്കുന്ന റാണിയുടെ ഉടുപുടവകൾ വീശിയടിക്കുന്ന കാറ്റിലും മഴയിലും കുതിർന്നിരുന്നു.പെട്ടന്നാണ് റാണിയുടെ ചുമലിൽ ഒരു നനഞ്ഞ കരം പതിഞ്ഞത്. ഞെട്ടലോടെ പിന്തിരിഞ്ഞുനോക്കിയ റാണിയുടെ മുൻപിൽ. മന്ത്രിമുഖ്യൻ തളർച്ചയോടെ നനഞ്ഞുകുതിർന്നു നിന്നു.

“എവിടെ മെർണീത്? ഹോറസ് കുമാരനെവിടെ? എന്റെ പുത്രിയെ വിളിക്കൂ റാണി...'

ആകാംക്ഷയും സ്നേഹവും തിളങ്ങുന്ന വൃദ്ധന്റെ കണ്ണുകളിലേക്ക് നോക്കി ലേബറാണി സ്നേഹപൂർവ്വം പുഞ്ചിരിച്ചു. പിന്നെ പുറത്തേക്ക് തിരിഞ്ഞുകൊണ്ട് ദൂരേക്ക് വിരൽചൂണ്ടി. ഒന്നും മനസിലാവാതെ അമ്പരപ്പോടെ പുറത്തേക്ക് നോക്കിയ വൃദ്ധന് കട്ടപിടിച്ച ഇരുട്ടല്ലാതെ ഒന്നും കാണാൻ കഴിഞ്ഞില്ല. വളഞ്ഞുപോയ ശരീരം ചാരുപടിയിലേക്ക് ചേർത്തുവച്ചു വൃദ്ധൻ.

കൊട്ടാരത്തെ നടുക്കിക്കൊണ്ടു അപ്പോൾ ഒരു ഇടിമിന്നൽ ഭൂമിയിലേക്കിറങ്ങി.

ആ വെളിച്ചത്തിൽ വൃദ്ധൻ വ്യക്തമായിക്കണ്ടു, കൊട്ടാരത്തിന്റെ തെക്കെ കവാടത്തിനുപുറത്തുള്ള നടപ്പാതയിലൂടെ അതിവേഗത്തിൽ പാഞ്ഞുപോകുന്നൊരു വെള്ളക്കുതിരയെ. അതിനെ നയിക്കുന്ന ദീർഘകായനായ യുവാവ് മറ്റൊരാളെ തന്റെ നെഞ്ചോട് ചേർത്ത് പിടിച്ചിട്ടുണ്ട്. രണ്ടുപേരെയും വഹിച്ചുകൊണ്ട് ശരവേഗതയിൽ ആ വെള്ളക്കുതിര മാഞ്ഞുപോയി.

ഒറ്റനിമിഷം കൊണ്ട് താൻ കണ്ട സ്വപ്നങ്ങളൊക്കെയും കൺമുന്നിൽ തകർന്നുവീഴുന്നത് വൃദ്ധന് കാണാൻ കഴിഞ്ഞു.തന്റെ എല്ലാ പദ്ധതിയും തകർത്തുകൊണ്ടവർ അപകടത്തിലേക്കാണോ ഇറങ്ങിപ്പോയതെന്ന ശങ്ക അയാളെ പൂർണ്ണമായും തളർത്തി.

അസഹനീയമായ വേദനയാൽ നെഞ്ചിൽ കയ്യമർത്തി ഞരങ്ങിക്കൊണ്ടയാൾ പിറകിലേക്ക് ചാഞ്ഞു. ഇടിശബ്ദത്താൽ ഭയന്നുനിൽക്കുകയായിരുന്ന ലേബറാണിയുടെ പാദങ്ങളിലേക്ക് വൃദ്ധൻ കുഴഞ്ഞുവീണു.

പിടഞ്ഞുമാറിയ ലേബറാണിയുടെ കാൽക്കീഴിലായി വൃദ്ധൻ ചുരുണ്ടുകൂടിക്കിടന്നു. വൃദ്ധന്റെ ശരീരത്തിന്റെ ഇടതുഭാഗം രക്താഭിഷിക്തമാണെന്നു റാണി ഒരു ഞെട്ടലോടെ തിരിച്ചറിഞ്ഞു. വൃദ്ധൻ നടന്നുവന്ന ഇടനാഴിയിലെല്ലാം രക്തം തളം കെട്ടിക്കിടക്കുകയാണെന്നു ഒരുൾക്കിടിലത്തോടെ അവർ കണ്ടു.

തനിക്ക് പിന്നിൽ നടന്ന ചതിയുടെ പൊരുളറിയാതെ മന്ത്രിമുഖ്യ

നെ ഉണർത്തുവാൻ വൃഥാ യത്നിക്കുന്ന മഹാറാണിയുടെ അന്തപ്പുരത്തിനുള്ളിലെ കിടപ്പറയിൽ ഈജിപ്തിന്റെ അടുത്ത അവകാശി ഒന്നുമറിയാതെ കൈകാലിട്ടിളക്കി അമ്മിഞ്ഞപ്പാലിനായി ചിണുങ്ങിക്കരഞ്ഞുകൊണ്ടിരുന്നു.

* * * * *

നേരം പുലരാറായിരിക്കുന്നു. മഴയുടെ ശക്തി തെല്ലൊന്ന് ശമിച്ചിരിക്കുന്നു. കലങ്ങിയൊഴുകുന്ന നൈലിന്റെ വിരിമാറിലൂടെ അതിവേഗതയിൽ നീങ്ങുന്ന പായ്‌വഞ്ചിയിൽ തന്റെ പ്രിയതമയേയും ചേർത്ത് പിടിച്ച് ഹോറസ് കുമാരൻ ചിന്താമഗ്നനായിരുന്നു. ശാരീരികമായി അവശയാണെങ്കിലും, ശാന്തയായിരിക്കുന്ന അവളുടെ കണ്ണുകളിൽ പ്രതീക്ഷയുടെ പുതുവെളിച്ചം നിറഞ്ഞുനിന്നിരുന്നു. ദുസ്വപ്നങ്ങളുടെ രാവ് പൊഴിഞ്ഞുപോയിരിക്കുന്നു. ഇനി വരുന്ന പുലരി പോൽ തങ്ങളുടെ ജീവിതവും പ്രകാശമാനമായിരിക്കുമെന്ന വിശ്വാസം മെർണീതിന്റെ മിഴികളിൽ ഓളം വെട്ടി.

അവസാനമായി ഒരിക്കൽകൂടി അവർ ജന്മനാട്ടിലേക്ക് തിരിഞ്ഞുനോക്കി. ഇരുട്ടിന്റെ വലിയ കമ്പളം പുതച്ചുറങ്ങുകയാണ് ഈജിപ്ത്. നിറഞ്ഞുതുടങ്ങിയ അവളുടെ മിഴികളിൽ നോക്കിക്കൊണ്ട് ഹോറസ് മന്ത്രിച്ചു...

"വിട പറയൂ പ്രിയേ... ഒരു നാൾ തിരിച്ചുവരാനായി..."

കാതങ്ങൾക്കകലെ തനിക്കായി ജീവത്യാഗം ചെയ്ത പിതാവിന്റെ ജഡം മരവിച്ചുകിടക്കുന്നതറിയാതെ മെർണീതും സ്വസഹോദരൻ ജീവച്ഛവമായി തീർന്നതറിയാതെ ഹോറസും തങ്ങളുടെ ജീവിതയാത്ര തുടർന്നുകൊണ്ടിരുന്നു...

എല്ലാമറിയുന്ന നൈൽമാത്രം കലങ്ങിമറിഞ്ഞൊഴുകി കൊണ്ടിരുന്നു.